பிரிட்டிஷ் உளவாளியின் ஒப்புதல் வாக்குமூலம்

ஆலிவர் ஹெம்பர்

தமிழில்
நாஞ்சிலான்

மீள்பார்வை
இளஞ்செழியன்

அடையாளம்

முதல் பதிப்பு 2016
ஐந்தாவது மீளச்சு 2025

© தமிழ்மொழிபெயர்ப்பு: அடையாளம்

வெளியீடு: அடையாளம், 1205/1 கருப்பூர் சாலை, புத்தாநத்தம் 621310, திருச்சி மாவட்டம், இந்தியா, தொலைபேசி: 04332 273444, 9444 77 2686
நூல் வடிவம்: த பாபிரஸ், அச்சாக்கம்: அடையாளம் பிரஸ், இந்தியா
ISBN 978 81 7720 281 6
விலை: **₹ 120**

British Ulavaaliyin Opputhal Vaakkumoolam is the Tamil translation of *Confessions of a British Spy* by Oliver Hemper, Translated from English by Naanchilaan, Published by Adaiyaalam, 1205/1 Karupur Road, Puthanatham 621310, Thiruchirappalli District, Tamil Nadu, India, email: info@adaiyaalam.net

இந்த நூல் பற்றி

விளக்க முடியாத ஒரு நிகழ்வுக்கு ஏதோ ஒரு இரகசிய, ஆனால் செல்வாக்குள்ள அமைப்பு காரணமாக இருக்கிறது என்ற நம்பிக்கை தான் சதிக் கோட்பாடு (கான்சிபிரேசி தியரி) என்று அழைக்கப் படுகிறது.

சதித் திட்டங்களைத் தெரிந்துகொள்வது காலம் காலமாய் மனிதர்களுக்கு ஆர்வமூட்டக்கூடிய விஷயம். அதனால்தான் இடதுசாரிகளும் வலதுசாரிகளும் ஏறக்குறைய அனைவருமே சதிக்கொள்கை மீது நம்பிக்கை வைக்கிறார்கள்.

ஏனெனில் எந்தவொரு சதித் திட்டமானாலும் அதிலுள்ள பொதுவான கருத்து அதிகாரமாய் இருக்கிறது - அது யாரிடம் இருக்கிறது, யாருக்கு வேண்டும் என்பதே அதன் நடைமுறை.

இந்த நூல் முதன்முதலாக முஜக்கத்ராதுல் மிஸ்டர் ஹெம்பர் என்னும் தலைப்பில் துருக்கிய மொழியில் வெளியிடப்பட்டது. ஒரு சதித்திட்டத்தை அம்பலப்படுத்துபவர் எதார்த்தத்தில் மற்றொரு சதியின் வடிவமைப்பாளராகவும் இருக்கலாம் என்பதால் அந்த நூலைப் பிற மொழிகளில் மொழிபெயர்ப்பதில் பல்வேறு சிக்கல்கள் இருந்தன.

ஆனால் இந்நூலின் தூரப்பார்வை சமகாலத்தில் அரபுநாடு களிலும் மூன்றாம் உலக நாடுகளிலும் நடக்கும் தொடர்நிகழ்வு களை அவதானிக்கும் போது கச்சிதமாய்ப் பொருந்திப் போகிறது.

இதனால் துருக்கியில் உள்ள வக்ஃப் இக்லாஸ் பதிப்பகம் இந்நூலை 2001ஆம் ஆண்டு ஆங்கிலத்தில் கன்ஃபஷன்ஸ் ஆஃப்

ஏ பிரிட்டிஷ் ஸ்பை என்னும் தலைப்பில் மொழிபெயர்த்தது. அதையே இப்பொழுது நாம் தமிழில் மொழிபெயர்த்துள்ளோம்.

ஏழு இயல்களையும் பின்னிணைப்பையும் கொண்டுள்ள இந்த நூலின் ஆங்கிலப் பதிப்பு, ஏராளமான அடிக்குறிப்புகளைக் கொண்டிருக்கிறது. அவை எளிதில் வாசிப்பதற்கு ஏற்றவாறு இம்மொழி பெயர்ப்பில் சுருக்கப்பட்டுள்ளன.

***

பதினெட்டாம் நூற்றாண்டின் தொடக்கத்தில் பிரிட்டிஷ் காமன்வெல்த் (பொதுநல) அமைச்சகம் உலகம் முழுவதும் தனது காலனியை ஏற்படுத்துவதற்காக ஆயிரக்கணக்கான ஆண் களையும் பெண்களையும் நன்கு பயிற்றுவித்து உளவாளிகளாக அனுப்புகிறது. அவர்களில் ஒருவர்தான் ஆலிவர் ஹெம்பர்.

அவர் அரபு நாடுகளிலும் இதர ஆசிய நாடுகளிலும் தமக்கு அளிக்கப்பட்ட பணியை எவ்வாறு மேற்கொண்டார் என்பதை ஒப்புதல் வாக்குமூலமாக இந்நூலில் பதிவு செய்கிறார். இதை அரசியலாலும் பண்பாட்டாலும் உலகளாவிய அளவில் விரைந்து ஐக்கியப்படும் சமூகங்களைக் கண்டறிவதில் தொடங்கி, அந்தச் சமூகத்தின் நம்பிக்கையிலும் பண்பாட்டிலும் புதிய பிரிவுகளை ஏற்படுத்தி, தாம் எவ்வாறு தங்களுடைய ஆதிக்கத்தை நிலைநாட்ட பாடுபட்டார் என்பதைக் கதையாக விவரிக்கிறார்.

இதற்காக அவர் உஸ்மானிய பேரரசுக்குள் ஒரு முஸ்லிமாக மாறுவேடத்தில் ஊடுருவுகிறார். அங்கு அவர் கருத்து வேறுபாடு களைக் கண்டறிதல், புதிய பிரிவுகளை ஊக்குவித்தல், ஆதரவளித்தல், அதில் அவர்களைப் பெருமிதம்கொள்ள வைத்தல் என்பதாக அவருடைய பணி தொடர்கிறது. அவர் தம்முடைய வாசகர்களுக்கு கூறுகிறார்:

> முஸ்லிம்களின் ஒற்றுமையை அவர்களுடைய நம்பிக்கை யிலுள்ள எளிய கருத்துவேறுபாடு, இனவாதம் முதலியவற்றைக் கொண்டு உடைக்கும் போது அவர்களுக்கு இடையே உள்ள பொதுவான இரக்கம் நாசப்படும். அப்போது அவர்களுடைய சக்தியெல்லாம் கருத்துவேறுபாட்டைப் பேசுவதிலேயே கரைந்து விடும். அதைக்கொண்டு நாம் அவர்களை எளிதில் நம்முடைய ஆதிக்கத்தின் கீழ்க் கொண்டு வந்துவிடலாம். அத்துடன் அவர்களை ஐக்கியப்படுத்தும் இஸ்லாமியக் கோட்பாட்டையும்

பலவீனப்படுத்திவிடலாம். ஆங்கில மக்களான நாம் செய்வதைச் செய்து, நமது அனைத்து காலனிகளிலும் பிளவுகளை ஏற்படுத் தினால் மட்டுமே நாம் அதிக உழைப்பின்றி ஆடம்பரமாகவும் சொகுசாகவும் வாழலாம்.

ஹெம்பர் இறுதியில் முஸ்லிம்களின் பண்பாட்டைப் பலவீனப் படுத்த மதுவையும் விபச்சாரத்தையும் ஊக்குவிக்க முயலுகிறார். ஆனால் அவருடைய முதல் திட்டம் 'புதுமை', 'சீர்குலைவு' ஏற்படுத்துவதாக இருக்கிறது. இதற்காக வஹாபியிஸத்தை உருவாக்குவதில் முக்கிய பங்கு வகிக்கிறார். இவ்வாறு செய்வதால் வெளித்தோற்றத்தில் ஒழுக்கரீதியாகக் கண்டிப்பும் நம்பகத் தன்மையும் பெறும் என்று அவர் நம்புகிறார். இந்தப் பணிக்காக இராக்கிலுள்ள பஸ்ராவில் வசிக்கும் துடிப்புமிக்க இளைஞர் அப்துல் வஹாபைத் தேர்வு செய்கிறார். ஹெம்பர் வஹாபை மிகவும் புகழ்ந்து தம்வழிக்குக் கொண்டு வருகிறார். வஹாப் தம் சொந்த இஸ்லாமியப் பிரிவு ஒன்றை நிறுவும்வரை அவரைப் பின்தொடர்கிறார்.

ஹெம்பரைப் பொறுத்தவரை முஸ்லிம்களைப் பலவீனப் படுத்தும் திட்டத்திற்கு உட்படுத்தப்பட்ட ஐந்தாயிரம் பிரிட்டிஷ் முகவர்களில் அவரும் ஒருவர். இதைப் பதினெட்டாம் நூற்றாண்டுக்குள் பிரிட்டன் ஒரு லட்சத்திற்கு உயர்த்தத் திட்ட மிட்டிருக்கிறது. ஹெம்பர் எழுதுகிறார்: நாம் இந்த எண்ணிக்கை யைத் தொடும்போது அனைத்து முஸ்லிம்களும் நமது விரல் களுக்குள் இருப்பார்கள், மேலும் இஸ்லாம் ஒருபோதும் மீள முடியாத மோசமான நிலைக்குத் தள்ளப்படும்.

ஹெம்பர் தமது வாக்குமூலத்தை இஸ்லாமியக் கோட்பாட்டு மொழியிலும் படைப்பூக்க நடையிலும் சித்திரிக்கிறார். இதன் மூலம் சமகாலத்தில் அரபு நாடுகளிலும் பிற நாடுகளிலும் ஏகாதிபத்திய நாடுகள் செலுத்தும் ஆதிக்கத்தை நாம் புரிந்துகொள்ள இந்த நூல் உதவுகிறது. இதுவே பண்பாட்டு அரசியலில் அக்கறை யுள்ளவர்கள் இந்நூலைப் படிக்க வேண்டிய அவசியத்தையும் வலியுறுத்துகிறது.

***

விறுவிறுப்பூட்டும் ஹெம்பரின் இந்த வாக்குமூலம் நம்பகத் தன்மைமிக்கதா, ஒரு புனைவா?

எந்தவொரு சதித்திட்டமானாலும் அதை ஏற்பவர்களும் இருக்கிறார்கள், மறுப்பவர்களும் இருக்கிறார்கள். சதிக் கொள்கை சதியாளர்களை அடையாளம் காட்டுகிறது, மையநீரோட்டத்திற்குத் தீங்கு விளைவிக்கும் ஒரு தவறான திட்டத்துடன் அவர்களைத் தொடர்புபடுத்துகிறது.

புனைவெழுத்தை வாசிப்பது நம்முடைய நம்பிக்கையில் விமர்சனத்தை உருவாக்கி சமகாலத்தில் நம்முடைய இருப்பிலுள்ள மௌனத்தைக் களையவும் அகவெளிச்சத்தைத் தரவும் வல்லவை.

நெருப்பு இல்லாமல் புகையாது!

சதித்திட்டங்களைத் தெரிந்துகொள்வது காலம் காலமாய் மனிதர்களுக்கு ஆர்வமூட்டக்கூடிய விஷயம்.

ஏனெனில் சந்தேகம் மனிதனுடனே பிறந்திருக்கிறது!

இளஞ்செழியன்

பொருளடக்கம்

1 சதியின் தொடக்கம், 1

2 முஸ்லிம்களிடையே குழப்பத்தை ஏற்படுத்துவதற்காக இஸ்லாத்தைப் படித்தல், 7

3 கருத்துவேறுபாடுகளை அதிகப்படுத்துவதுதான் முதல் இலக்கு, 14

4 இஸ்லாத்தில் புதிய கோட்பாட்டுக்கான தொடக்கம், 20

5 நஜ்பில் செய்த சூழ்ச்சிகள், 33

6 இஸ்லாமிய நாடுகளைத் தகர்க்கும் இரகசிய ஆவணம், 42

7 சதியின் வெற்றியும் அதிகாரத்தைக் கைப்பற்றுதலும், 65

பின்னிணைப்பு:
இந்தியாவில் பிரிட்டிஷ் பகைமை, 75

பிரிட்டிஷ்
உளவாளியின்
ஒப்புதல்
வாக்குமூலம்

1

சதியின் தொடக்கம்

ஆலிவர் ஹெம்பர் கூறுகிறார்:

எங்களுடைய கிரேட் பிரிட்டன் மிகவும் பெரியது. எங்களுடைய ஆதிக்கத்திற்கு உட்பட்ட பகுதிகளில் சூரியன் மறைவதே இல்லை. ஆனாலும் இந்தியா, சீனா, மத்திய கிழக்கு ஆகிய பகுதிகளில் எங்களின் காலனிய ஆதிக்கம் மிகவும் பலவீனப்பட்டிருந்தது. இந்தப் பகுதிகளை முழுமையாக எங்கள் கட்டுப்பாட்டின் கீழ் கொண்டுவர முடியவில்லை. என்றாலும் இந்தப் பகுதிகளைத் தக்கவைத்துக் கொள்வதற்காக நாங்கள் தெளிவான யுக்திகளை வகுத்து நடைமுறைப் படுத்தினோம். விரைவில் இந்தப் பகுதிகள் அனைத்தையும் எங்கள் கட்டுப்பாட்டின் கீழ் கொண்டு வருவோம். எங்களுக்கு இரண்டு விஷயங்கள் மிகவும் முக்கியமானவை. முதலில் நாங்கள் கைப்பற்றிய பகுதிகளைத் தக்கவைத்துக்கொள்வது, இரண்டாவது இதுவரை எங்களின் ஆதிக்கத்தின் கீழ் இல்லாத பகுதிகளை எங்கள் கட்டுப் பாட்டின் கீழ் கொண்டு வருவது.

இதற்காக காமன்வெல்த் அமைச்சகம் தனி ஆணையத்தை அமைத்திருந்தது. இத்தருணத்தில்தான் நான் காமன்வெல்த் அமைச்சகத்தில் வேலைக்குச் சேர்ந்தேன். வேலைக்குச் சேர்ந்த சில காலங்களிலேயே காமன்வெல்த் அமைச்சருக்கு என்மீது அதீத நம்பிக்கை ஏற்பட்டு என்னைக் கிழக்கிந்திய கம்பெனியின் பொறுப்பாளராக நியமித்தார். கிழக்கிந்திய கம்பெனி வெளிப் படையாக வணிக நிறுவனத்தைப் போன்று செயல்பட்டாலும் அதனுடைய உண்மையான நோக்கம் இந்தியாவின் வளமிக்க பரந்த நிலப்பரப்பை பிரிட்டனின் கட்டுப்பாட்டிற்குள் எப்படிக் கொண்டு வருவது என்பதற்கான வழிமுறைகளை ஆராய்வதாகத்தான் இருந்தது.

எங்களின் அரசு இந்தியா குறித்து எந்தவித அச்சமும் கொள்ள வில்லை. இந்தியா ஒரு நாடாக இருந்தாலும் பல்வேறு இன மொழி வேறுபாடுகள் உள்ள மக்கள் வசிக்கும் பகுதியாக இருந்தது. இதனால் ஒவ்வொரு இன மக்களுக்கிடையேயும் அவ்வப்போது சச்சரவுகள் இருந்துகொண்டே இருந்தன. இதேபோன்று சீனப் பிரதேசம் குறித்தும் நாங்கள் அச்சப்படவில்லை. ஏனென்றால் சீனாவில் புத்தமும் கன்பூசியமும் ஆதிக்கம் செலுத்தி வந்தன. இந்த இரு பிரதேசத்தைச் சேர்ந்த மக்களும் மதத்திற்காக சண்டைபோட்டு இறந்துகொண்டிருந்தார்கள். இவர்களுக்கு மதத்தின் மீது பற்று இருந்த அளவிற்கு தேசத்தின் மீது பற்று இருக்கவில்லை. இது எங்களுக்கு சாதகமாக இருந்ததால் இந்த இரு பிரதேசங்கள் குறித்து நாங்கள் எந்த வித அச்சமும் கொள்ளவில்லை. இருந்தாலும் எதிர்காலத்தில் இவர்களுக்கு தேசப்பற்று அதிகமாகி அது எங்களுக்கு ஆபத்தாக மாறிவிடக் கூடாது என்பதற்காக இந்த இரு பிரதேச மக்களிடையே வன்மம், அறியாமை, ஏழ்மை, நோய்கள் போன்றவற்றை நிரந்தரமாக்க பல்வேறு திட்டங்களைச் செயல்படுத்தினோம். மேலும் எங்களின் ஆதிக்கத்தை நிலை நிறுத்திக்கொள்வதற்காக இந்த மக்களிடையே மூடப்பழக்க வழக்கங்களை அதிகப்படுத்தினோம்.

ஆனால், எங்களுக்குப் பெரும் தலைவலியாக இருந்தது முஸ்லிம் நாடுகள்தான். அவர்களைச் சரிக்கட்டுவதற்காக நோயாளியுடன்[1] பல்வேறு ஒப்பந்தங்கள் செய்தோம். ஆனால் எதுவும் பலன் அளிக்கவில்லை. காமன்வெல்த் அமைச்சகத்தில் உள்ள அனுபவ முள்ள ராஜதந்திரிகள் இந்த நோயாளியும் இந்த கிலாஃபத் (இஸ்லாமியர்களின் தலைமையகம்) அமைப்பு முறையும் இருக்கும் வரை எங்களின் திட்டம் பலிக்காது என்று கணித்தார்கள்.

கிலாஃபத்தை உடைப்பதற்காக ஈரானிய அரசுடன் பல்வேறு இரகசிய ஒப்பந்தங்கள் செய்துகொண்டோம். மேலும் இரு நாடுகளிலும் ஃப்ரீமேசன்களால்[2] உருவாக்கப்பட்ட ராஜதந்திரி களையும் நியமித்தோம். துருக்கி, ஈரான் ஆகிய இரு நாடுகளின் முதுகெலும்பை உடைப்பதற்காக ஊழல், பலவீனமான நிர்வாகம்,

[1] முஸ்லிம்களின் அப்போதைய தலைமையாகச் செயல்பட்ட துருக்கி கலீஃபா. (மொ-ர்)

[2] பிரிட்டனால் உருவாக்கப்பட்ட இரகசிய அமைப்பு. இந்த அமைப்பு தற்போது தமிழகத்தின் மூலையான கன்னியாகுமரிவரை பரவிக் காணப்படுகிறது. (மொ-ர்)

பற்றாக்குறையான மதக்கல்வி, அரசு அதிகாரிகளின் கவனத்தைத் திருப்புவதற்காக அழகான பெண்களைப் பயன்படுத்துவது போன்ற தகிடுதத்த வேலைகளில் ஈடுபட்டோம் என்றாலும் நாங்கள் எதிர்பார்த்த பலன் கிடைக்கவில்லை. இதற்கான காரணங்களை இங்கே பட்டியலிடுகிறேன்:

1. முஸ்லிம்கள் இஸ்லாத்தைத் தீவிரமாகப் பின்பற்றுகிறார்கள். தனிப்பட்ட, ஒவ்வொரு பாமர முஸ்லிமும் இஸ்லாத்தின் மீது அதீத நெருக்கமுடையவராக இருக்கிறார். இந்த நெருக்கம் என்பது கிறித்தவ பாதிரிகள், பிஷப்புகளைவிட அதீதமாக இருந்தது. இதில், இஸ்லாத்தின் மீதான கண்மூடித்தனமான ஈர்ப்பில் மிகவும் தீவிரமாக இருந்தவர்கள் ஈரான் ஷியாக்கள் தான். அவர்கள் ஷியாக்கள் அல்லாத இஸ்லாமியர்களை நம்பிக்கையற்றவர்களாகவும் முட்டாள்களாகவும் கருதினார்கள். ஷியாக்கள் கிறிஸ்தவர்களை மிகவும் வெறுக்கக் கூடியவர்களாக இருந்தார்கள். கிறிஸ்தவர்களை மிகவும் நாசகரமானவர்கள் என்றும் தீர்மானித்துக் கொண்டிருந்தார்கள். ஷியாக்கள் ஏன் கிறிஸ்தவர்களை மிகவும் வெறுக்கிறார்கள் என்பதை அறிய ஷியா பிரிவைச் சேர்ந்த ஒருவரிடம் இதுகுறித்துக் கேட்டபோது, அவர் இவ்வாறு பதில் கூறினார்: 'அவர்கள் மிகவும் வெறுக்கத்தக்கவர்கள் என்பதற்கு இரண்டு காரணங்கள் உள்ளன. அவர்கள் எங்களின் இறைத்தூதர் மீது அவதூறு கூறிவருகிறார்கள். மேலும் பல்வேறு இறைத் தூதர்கள்மீது இழிவான கற்பனைக் கதைகளை இட்டுக் கட்டுகிறார்கள்.'

2. இஸ்லாமிய மதம் மட்டும்தான் நிர்வாக அடிப்படையில் கட்டமைக்கப்பட்டு உள்ளது. அங்கு நியமிக்கப்படுகின்ற தலைமைக்கு அனைத்து முஸ்லிம்களும் கட்டுப்படுகிறார்கள்.

3. உஸ்மானிய கிலாஃபத் அரசும் ஈரானிய பேரரசும் நாங்கள் உருவாக்குகிற சதித்திட்டங்களைக் கண்டுபிடித்து அவற்றை எளிதாக முறியடித்து வந்தார்கள். இதற்குக் காரணம் அவர்கள் ஏற்கனவே சந்தித்த பல்வேறு தோல்விகள்தான். மேலும் இந்த இரு பேரரசுகளும் ஒரு மைய தலைமையின் கீழ் வளம், ஆயுதம், நிர்வாகச் செயல்பாடுகள் ஆகியவற்றைக் கட்டமைத்து இருந்தனர்.

4. அடுத்ததாக இஸ்லாமிய அறிஞர்களை எங்களால் எளிதாகக் கருத முடியவில்லை. இஸ்தான்புல், அல்அஸ்கர், இராக், டமாஸ்கஸ் அறிஞர்கள் எங்களின் சதித்திட்டங்களுக்குப் பெரும் தடைக்கற்களாக இருந்தார்கள். குர்ஆனில் விவரிக்கப் பட்டுள்ள சுவனத்தைப் பெற வேண்டும் என்பதற்காக அவர்கள் இஸ்லாமியக் கொள்கையில் சிறிதளவுகூட சமரசம் செய்வதற்கு முன்வரவில்லை. இந்த இஸ்லாமிய அறிஞர்கள் மீது பாமர முஸ்லிம்களுக்கு மிகுந்த மரியாதை இருந்தது. இஸ்லாமியர்களின் தலைவரான கலீஃபாகூட இவர்களைக் கண்டு அச்சப்படக்கூடியவராக இருந்தார்.

ஷியாக்கள் சன்னிகளைவிட அறிஞர்களைப் பின்பற்றக்கூடியவர் களாக இருந்தார்கள். ஷியாக்களில் பெரும் பகுதியினர் அறிஞர் களின் பேச்சுக்களைக் கேட்டுக்கொண்டு இருந்தார்களே தவிர தனியாக இஸ்லாமிய நூல்களைப் படிப்பதில்லை. ஆட்சியாளர் களுக்குக் கொடுக்கும் மரியாதையைவிட அறிஞர்களை மதிக்கக் கூடியவர்களாக இருந்தார்கள். ஆனால் சன்னிகள் இஸ்லாமிய அறிஞர்களையும் பின்பற்றிக்கொண்டு இஸ்லாமிய நூல்களைக் கற்பதிலும் கவனம் செலுத்திக்கொண்டிருந்தார்கள்.

இந்தக் கடுமையான கட்டமைப்புக்குள் குழப்பத்தை ஏற்படுத்த நாங்கள் தொடர்ச்சியாக முகாம்கள் நடத்தினோம். ஆனால் நாங்கள் எடுக்கும் முயற்சிகள் அனைத்தும் தோல்வியையே தழுவின. இந்தக் காலகட்டத்தில் பல்வேறு பகுதிகளில் உளவு வேலைகளில் ஈடுபட்டுக் கொண்டிருந்த எங்களின் உளவாளிகளின் அறிக்கைகள் அனைத்துமே நம்பிக்கை தருவதாக இல்லை. ஆனால் நாங்கள் நம்பிக்கையைக் கைவிடவில்லை. நாங்கள் ஒருவிதமான மனிதர்கள்; எப்படியென்றால் ஆழமாக மூச்சை இழுத்து அமைதியாக வேலை செய்பவர்கள்.

இந்தத் தருணத்தில் எங்களின் அமைச்சகம் உயர் சிறப்பு அதிகாரிகளைக்கொண்ட ஒரு கூட்டத்தைத் கூட்டியது. அதில் நாங்கள் 20 பேர் கலந்துகொண்டோம். அந்தக் கூட்டம் 3 மணி நேரம் நடந்தது. ஆனால் இந்தக் கூட்டத்தில் எந்த முக்கிய முடிவும் எட்ட வில்லை. இந்தக் கூட்டத்தில் கலந்துகொண்ட ஒரு பாதிரியார் கூறினார், 'கவலைகொள்ள வேண்டாம். மேசியாவும் அவருடைய தோழர்களும் அதிகாரத்தைக் கைப்பற்ற 300 ஆண்டு காலம் போராட வேண்டியிருந்தது. முந்நூறு ஆண்டுகள் கழித்தாவது அந்த நம்பிக்கை

அற்றவர்களை (முஸ்லிம்களை) அவர்களின் மைய இடத்தில் இருந்து ஒழித்துக் கட்ட வேண்டும். நமது நம்பிக்கை பலமானது, அதற்காக நாம் பல ஆண்டுகள் பொறுமை காக்க வேண்டும். நமது தோளை நாம் வலுப்படுத்த வேண்டும். நாம் இந்த லட்சியத்திற்காக அனைத்து வித ஊடகங்களையும் சாதகமான வழிமுறைகளையும் கையாள முயல வேண்டும். நாம் முஸ்லிம்கள் மத்தியில் கிறிஸ்தவத்தைப் பரப்ப வேண்டும். இதுதான் நமது இலட்சியத்தை அடையும் வழி. இந்த இலட்சியத்தை அடைய நூற்றாண்டுகள் ஆகலாம். நாம் செய்யும் வேலை நமது சந்ததிகளுக்குப் பயன்படும்.'

இதற்கடுத்து ஒரு முகாம் நடைபெற்றது. இதில் அரசியல் வல்லுநர்கள், மத அறிஞர்கள் ரஷ்யா, பிரான்ஸ், இங்கிலாந்து போன்ற நாடுகளில் இருந்து கலந்துகொண்டார்கள். நான் மிகவும் கொடுத்து வைத்தவன். நானும் இந்த முகாமில் கலந்துகொண்டேன். இதற்குக் காரணம் நான் காமன்வெல்த் அமைச்சருடன் அனைத்து விஷயத்திலும் ஒத்துப் போகக்கூடியவனாக இருந்தேன். இந்த முகாமில் முஸ்லிம்களைப் பல்வேறு பிரிவுகளாகப் பிரிப்பது, அவர்களை அவர்களின் நம்பிக்கையைக் கைவிட வைப்பது, ஸ்பெயினை முன்மாதிரியாகக்கொண்டு கிறிஸ்தவ நம்பிக்கை வட்டத்திற்குள் (முஸ்லிம்களை) கொண்டு வருவது குறித்து ஆலோசிக்கப்பட்டது. இருப்பினும் முடிவு நாங்கள் நினைத்ததைப் போன்று எட்டவில்லை. அந்தக் கூட்டத்தில் நடந்த அனைத்துப் பேச்சுவார்த்தைகளையும் எனது *இலா மலிக்கதுல் மேசிஹ்* என்ற நூலில் தெளிவாக எழுதி உள்ளேன்.

பல ஆண்டுகளாக பூமியில் வேர்விட்ட ஒரு மரத்தைத் திடீரென அகற்ற எங்களால் முடியவில்லை. ஆனால் அவர்களை வெற்றி கொள்ள நாங்கள் கடுமையாக உழைக்கவேண்டி இருந்தது. கிறிஸ்தவம் பரந்து விரிந்துகொண்டே இருக்கும். எங்களின் கடவுள் மேசியா இதை வாக்குறுதியளித்துள்ளார். கிழக்கிலும் மேற்கிலும் உள்ளவர்கள் முஹம்மதுக்கு உதவி செய்தது வாய்ப்புக்கேடானது. இந்த உபத்திரவவாதிகள் வெற்றிகொள்ளப்படுவார்கள். இந்த நிலைமை முழுமையாக மாறும் என நாங்கள் காத்து இருக்கிறோம். எங்களின் புனிதமான வேலை, காமன்வெல்த் அமைச்சகத்தின் முயற்சி மற்றும் பிற கிறிஸ்துவ அரசுகளால் கண்டிப்பாக முஸ்லிம்கள் தோற்கடிக்கப்படுவார்கள். கிறிஸ்தவர்கள் வெற்றிவாகை சூடி முன்னோக்கிச் செல்வார்கள். இதுதான் நாங்கள் கடந்த நூற்றாண்டு

களில் இழந்த பகுதிகளை மீட்பதற்கு சரியான தருணம். கிரேட் பிரிட்டன் என்ற சக்தி வாய்ந்த அரசின் கொள்கை மறவர்கள் இந்த இலட்சியத்திற்காக ஆசீர்வதிக்கப்பட்டவர்கள்.

2

முஸ்லிம்களிடையே குழப்பத்தை ஏற்படுத்துவதற்காக இஸ்லாத்தைப் படித்தல்

காமன்வெல்த் அமைச்சர் ஹிஜ்ரி* ஆண்டு 1122 அதாவது கி.பி.1710ஆம் ஆண்டில் முஸ்லிம் சமூகத்தில் பிளவுகளை ஏற்படுத்த தேவையான தகவல்களைத் திரட்ட உளவாளியாக என்னை எகிப்து, இராக், ஹிஜாஸ் போன்ற பகுதிகளுக்கு அனுப்பினார். அதே காலகட்டத்தில் காமன்வெல்த் அமைச்சகம் மேலும் துணிவுள்ள விவேகமான 9 பேரை இதே பணிக்காக வெவ்வேறு பகுதிகளுக்கு அனுப்பியது. எங்களுக்குத் தேவையான பொருளாதாரம், தகவல்கள், வரைபடங்கள், நாங்கள் செல்கின்ற பகுதிகளில் உள்ள ஆட்சியதிகாரிகள், அறிஞர்கள், பழங்குடியின தலைவர்கள் குறித்த பட்டியலும் தரப்பட்டன. எங்களின் அமைச்சக செயலரை விட்டுப் பிரியும்போது அவர் கூறிய வார்த்தைகள் என்னால் மறக்க முடியாதது... அவர் கூறினார்: 'நமது அரசின் எதிர்காலம் உங்களின் கைகளில்தான் உள்ளது. ஆகையால் உங்களின் அனைத்து சக்திகளையும் இந்த இலட்சியத்திற்காக நீங்கள் பயன்படுத்த வேண்டும்.'

இஸ்லாமியக் கிலாஃபத்தின் மைய இடமான இஸ்தான்புல்லிற்கு செல்ல நான் திட்டமிட்டேன். அதற்காக எனது முதன்மையான வேலைகளை ஒதுக்கி வைத்துவிட்டு முதலில் அந்தப் பகுதி முஸ்லிம் மக்கள் பேசும் துருக்கி மொழியைக் கற்கத் தொடங்கினேன். நான் ஏற்கனவே துருக்கி, அரபி, பார்ஸி ஆகிய மொழிகளைப் போதுமான

* மக்காவிலிருந்து மதீனாவிற்கு முஹம்மது நபிகளார் இடம்பெயர்ந்த நாளை அடிப்படையாக வைத்து ஹிஜ்ரி ஆண்டை இஸ்லாமியர்கள் கணக்கிட்டு வருகிறார்கள்.

அளவிற்குக் கற்றிருந்தேன். என்றாலும் எனது பேச்சுவழக்கு அந்தப் பகுதி மக்கள் பேசும் வட்டாரப் பேச்சுவழக்கில் இருந்து வித்தியாசமாக இருந்தது. இதனால் என் மீது எந்த சந்தேகமும் வந்துவிடக் கூடாது என்பதற்காக துருக்கி மொழியைத் தெளிவாகக் கற்கத் தொடங்கினேன்.

என்றாலும், முஸ்லிம்கள் என்மீது சந்தேகப்படுவார்கள் என்று எனக்குக் கவலை இருந்ததில்லை. ஏனென்றால் முஸ்லிம் சமூகத்தைக் குறித்து நான் நன்றாகவே தெரிந்து வைத்திருந்தேன். முஸ்லிம்களுக்கு அவர்களுடைய இறைத்தூதர் முஹம்மது சகிப்புத் தன்மை, திறந்த மனப்பான்மை, தர்ம சிந்தனை போன்றவற்றைக் கற்றுக்கொடுத்திருக்கிறார். அதை முஸ்லிம் மக்கள் இறுகப் பின்பற்றி வந்தார்கள். அவர்கள் எங்களை (கிறிஸ்தவர்களை) போன்று சந்தேகப் பிராணிகள் அல்ல. எல்லாவற்றிற்கும் மேலாக உளவாளி களைக் கைது செய்யும் அமைப்பு துருக்கி கிலாஃபத்திடம் இல்லை.

எனது கடுமையான பயணத்திற்குப் பின்பு நான் இஸ்தான்புல் வந்தடைந்தேன். நான் என்னை முஹம்மது என்று அடையாளப் படுத்திக்கொண்டு பள்ளிவாசல்களுக்கு தொழுகைக்குச் சென்றேன். பள்ளிவாசல்களில் முஸ்லிம் மக்களின் ஒழுக்கம், தூய்மை, இறைவனுக்கு அடிபணியும் தன்மை ஆகியவற்றைப் பார்த்தபோது அவர்கள்மீது எனக்கு மரியாதை ஏற்பட்டது. அந்தத் தருணங்களில் எல்லாம் இத்தகைய நல்ல பண்புள்ள மக்களுடன் ஏன் நாம் சண்டை போட வேண்டும்? இதைத்தான் நமக்கு ஏசுபிரான் போதிக்கிறாரா? என்று எனக்கு நானே கூறிக்கொள்வேன். பின்பு எனது மனதைத் திடப்படுத்திக் கொண்டு எனக்குக் கொடுக்கப்பட்ட வேலைகளை எப்படித் திறமையாக முடிப்பது என்று சிந்திப்பேன்.

இஸ்தான்புல்லில் வைத்து வயது முதிர்ந்த இஸ்லாமிய அறிஞர் ஒருவரைச் சந்தித்தேன். அவருடைய பெயர் அஹமது எபந்தி. அவருடைய எளிமையான தோற்றம், திறந்த மனப்பான்மை, ஆன்மிகச் சிந்தனை, உயர்ந்த மனப்பக்குவம் ஆகியவற்றைப் பார்க்கும்போது எங்களின் அருட்தந்தையரில் ஒருவரைக்கூட அவருக்கு இணையாகக் கூறிவிட முடியாது. அவர் காலை நேரங்களில் பல்வேறு இஸ்லாமியப் பணிகள் செய்வார். இரவு நேரங்களில் இறைவனை நின்று வணங்குவார். அவரைப் பொறுத்தவரை இறைத்தூதர் முஹம்மது தூய்மையான உயர்ந்த மனிதர். இறைத் தூதரின் பெயரை எப்போது அவர் கூறினாலும் அவருடைய

கண்களிலிருந்து நீர்க் கசியும். நான் மிகவும் நற்பேறு பெற்றவன். ஏனென்றால் அவர் என்னிடம் நீ யார்? எங்கிருந்து வருகிறாய், என்று கேட்டது இல்லை. அவர்தான் என்னிடம் தம்மை அஹமது எபந்தி என்று அறிமுகப்படுத்திக்கொண்டார். நான் கேள்வி கேட்கும் போதெல்லாம் அவர் என்னை இரக்கத்துடன் உற்று நோக்கி தெளிவாகப் பதில் கூறினார். அவர் என்னை அவருடைய விருந்தினராக ஏற்றுக்கொண்டதால் எனது வேலை மிகவும் எளிதானது.

ஒரு நாள் அஹமது எபந்தியிடம் கூறினேன்: 'எனது பெற்றோர்கள் மரணித்து விட்டார்கள். எனக்கு உடன்பிறந்தவர்கள் யாரும் இல்லை. எனக்கு சொத்துக்களும் இல்லை. இதனால்தான் இஸ்லாமிய அரசு மையம் கொண்டிருக்கும் இந்தப் பகுதிக்கு வந்தேன். எனது உலகத் தேவையை நிறைவேற்ற ஏதாவது வேலை செய்துகொண்டே குர்ஆனையும் ஹதீஸ்களையும் (நபிமொழிகளை) முழுமையாகக் கற்க வேண்டும் என்ற ஆசையில் இங்கு வந்தேன். எனது உலக, மறு உலக வாழ்க்கைக்குத் தேவையானவற்றை சம்பாதிக்க வேண்டும்.' இதைக் கேட்டு மிகுந்த மகிழ்ச்சியடைந்து அவர் கூறினார்: 'உன்னிடம் இருக்கும் மூன்று தகுதிகளுக்காக நீ மதிப்பளிக்கப் படுகிறாய். முதலில் நீ ஒரு முஸ்லிம். இதனால் அனைத்து முஸ்லிம் களும் உனது சகோதரர்கள். இரண்டாவது, நீ ஒரு விருந்தினர். விருந்தினர்களை இறைத்தூதர் கனிவுடன் கவனிக்க வலியுறுத்தி உள்ளார். மூன்றாவதாக நீ இறைவனின் விருப்பத்திற்காக வேலை செய்ய வேண்டும் என ஆசைப்படுகிறாய்.'

எபந்தியின் வார்த்தைகள் என்னை மிகவும் உற்சாகப்படுத்தின. இஸ்லாத்தின் மேன்மையான கருத்தியல் கோட்பாடுகளும் அதைத் தீவிரமாகப் பின்பற்றக்கூடிய பாமர மக்களையும் நினைக்கும்போது மிகவும் வியப்பாக இருந்தது.

நான் அஹமது எபந்தியிடமிருந்து குர்ஆனைத் தெளிவாகக் கற்றுக்கொள்ள விருப்பம் தெரிவித்தேன். அவர் எனக்குக் கற்றுத்தர மகிழ்ச்சியுடன் ஒப்புக்கொண்டார். முதலில் குர்ஆனின் முதல் அத்தியாயமான ஃபாத்திஹா அத்தியாயத்தைக் கற்றுத் தந்தார். அதன் விரிவான விளக்கத்தையும் எனக்குக் கற்றுத் தந்தார். சில குர்ஆனிய வார்த்தைகளை உச்சரிப்பது எனக்கு மிகவும் சிரமமாக இருந்தது. இரண்டு ஆண்டுகளில் முழு குர்ஆனையும் முழுமையாக கற்றுக் கொண்டேன். ஒவ்வொரு அத்தியாயத்தையும் கற்கத் தொடங்கும் போதும் அவர் என்னை அங்கத்தூய்மை (உளூ) செய்யச் சொல்வார்.

ஆலிவர் ஹெம்பர் ✤ 9

பின்பு கிப்லாவை (தொழும் திசையை) முன்னோக்கி அமர்ந்து எனக்குக் குர்ஆனைக் கற்றுத் தந்தார். அங்கத்தூய்மை செய்யும் முறையானது கீழ்க்காணும் 5 படித்தரங்களைக் கொண்டது. முதலாவதாக முகத்தைக் கழுவ வேண்டும். இரண்டாவதாக வலக்கையை மூட்டுப்பகுதிவரை முழுமையாகக் கழுவ வேண்டும். மூன்றாவதாக இடக்கையை மூட்டுப்பகுதிவரை முழுமையாகக் கழுவ வேண்டும். நான்காவதாக தலை மற்றும் காதுகளின் பின்பக்கம் தண்ணீரால் தடவிக்கொள்ள வேண்டும். ஐந்தாவதாக இரண்டு பாதங்களையும் கரண்டை கால்வரை கழுவ வேண்டும்.

அங்கத்தூய்மை செய்வதற்கு முன்பாக மிஸ்வாக் செய்வது எனக்கு மிகவும் கடினமாக இருந்தது. மிஸ்வாக் என்றால் பல், வாய் பகுதிகளை எப்போதும் சுத்தமாக இருக்க வேண்டும் என்பதற்காக ஒவ்வொரு தொழுகைக்கு முன்பும் முஸ்லிம் மக்கள் ஒரு மரத்திலான குச்சியைக் கொண்டு பற்களைத் தேய்த்து சுத்தம் செய்தலாகும். இந்தக் குச்சி எனது வாயிலும் பற்களிலும் தீங்குகளை ஏற்படுத்தும் என்று நினைத்தேன். சில நேரங்களில் மிஸ்வாக் செய்யும் போது எனது பற்களில் இருந்து இரத்தம் கொட்டியது. இருப்பினும் நான் தொடர்ச்சியாக மிஸ்வாக் செய்து வந்தேன். மிஸ்வாக் செய்வது இறைத்தூதரின் வழிமுறை என்பதால் முஸ்லிம்கள் இதைத் தீவிர மாகக் கடைப்பிடித்து வந்தார்கள். இந்தப் பழக்கத்தினால் என்னிடம் இருந்த பிரிட்டிஷ் மக்களுக்கே உரிய வாய் துர்நாற்றம் அறவே மறைந்து போனது.

இஸ்தான்புலில் நான் தங்கியிருந்த காலத்தில் ஒரு பள்ளிவாசலின் ஊழியர் மர்வான் எபந்தி என்பவரின் அறையில் தங்கினேன். இந்த அறை பள்ளிவாசலுடன் இணைந்து இருந்தது. இந்த ஊழியர் எளிதில் உணர்ச்சிவசப்படக் கூடியவராக இருந்தார். இவர் தமது பெயர் மர்வான் என்பதில் அதிக பெருமைப்படக் கூடியவராக இருந்தார். ஏனென்றால் மர்வான் என்பது இறைத்தூதரின் தோழர்களில் ஒருவரின் பெயர். அவர் சிறந்த போர் வீரராக இருந்தார் என்று என்னிடம் கூறிப் பெருமிதமடைவார்.

இரவு நேர உணவை மர்வான் எபந்தியே தயாரித்து தருவார். வெள்ளிக்கிழமை மட்டும் நான் வேலைக்குச் செல்வதில்லை. அன்றைய தினம் முஸ்லிம்களுக்கு ஓய்வு நாள். வாரத்தின் பிற நாட்களில் காலித் என்ற தச்சரிடம் வார ஊதிய அடிப்படையில் வேலை செய்துவந்தேன். காலை முதல் நண்பகல்வரை பகுதி நேரம்

மட்டும்தான் அவரிடம் வேலை பார்த்து வந்தேன். இதனால் பாதி சம்பளம் மட்டும்தான் கிடைத்தது. இந்தத் தச்சர் ஓய்வாக இருக்கும் போதெல்லாம் இறைத்தூதரின் தோழரான காலித் இப்னு வலீதின் வீரம் குறித்துப் பேசிக்கொண்டிருப்பார். காலித் இப்னு வலீத் சிறந்த இஸ்லாமியப் படைவீரர் ஆவார். இவர் தலைமையில் சென்ற படைகள் பல வெற்றிகளைக் குவித்தன. என்றாலும் (இஸ்லாமியப் படை ஒருவரை நம்பி இருந்துவிடக் கூடாது என்பதற்காக) உமர் முஸ்லிம்களின் தலைமைப் பொறுப்பை ஏற்றபோது காலித் இப்னு வலீதை இராணுவத் தளபதி பதவியிலிருந்து நீக்கி சாதாரண படை வீரனாக ஆக்கியது இந்தத் தச்சருக்குப் பெரும் வருத்தமாகத்தான் உள்ளது.

இந்தத் தச்சர் என்னை மிகவும் நம்பினார். இவர் தமது மறைவான செயல்பாடுகளில் ஒழுக்கங்கெட்டவராகவே இருந்தார். ஆனால் நண்பர்களுடன் இருக்கும்போது ஷரீஅத் சட்டங்களை மதித்து நடப்பதைப் போன்று பாவனை செய்து கொள்வார். வெள்ளிக்கிழமை சிறப்புத் தொழுகையில் மட்டும் தவறாமல் கலந்துகொள்வார். மற்றபடி தினசரி நடக்கும் கட்டாயத் தொழுகையான 5 வேளை தொழுகையை முறையாகப் பேணமாட்டார்.

காலை உணவைக் கடையில் வைத்து உண்பேன். வேலை முடிந்த பிறகு நண்பகல் நேரத் தொழுகைக்காக (லுஹர் தொழுகை) பள்ளிவாசலுக்கு செல்வேன். பின்பு மாலை நேரத் தொழுகையான அஸர் தொழுகைக்காக பள்ளிவாசலிலேயே உட்கார்ந்திருப்பேன். அஸர் தொழுகைக்குப் பின்பு அஹமது எபந்தியின் இல்லத்திற்குச் சென்று குர்ஆன், அரபி, துருக்கி மொழிகளைக் கற்றுக்கொள்வேன். ஒவ்வொரு வெள்ளிக்கிழமையும் நான் வாங்கும் வார சம்பளத்தில் இருந்து சிறிதளவை அவருக்குக் கொடுப்பேன். ஏனென்றால் குர்ஆனை அவர் எனக்கு மிகவும் நேர்த்தியாகக் கற்றுத்தந்தார். இஸ்லாமிய மதக் கோட்பாடுகளையும் அரபி, துருக்கி மொழிகளின் இலக்கணங்களையும் எனக்குக் கற்றுத் தந்தார்.

நான் திருமணம் ஆகாதவன் என்பதை அஹமது எபந்தி அறிந்த போது அவர் தமது மகளை எனக்குத் திருமணம் செய்து வைக்க ஆசைப்பட்டார். நான் அதற்கு சம்மதிக்கவில்லை. அப்போது அவர், 'திருமணம் என்பது இறைத்தூதரின் வழிமுறை. யார் எனது வழிமுறையைப் பின்பற்றவில்லையோ அவர் என்னைச் சார்ந்தவர் அல்ல என இறைத்தூதர் கூறியிருக்கிறார். ஆகையால் நீ கண்டிப்பாக

திருமணம் செய்துகொள்ள வேண்டும்' என வலியுறுத்தினார். இந்த விஷயம் எங்களுக்கிடையேயான உறவை முடிவுக்குக் கொண்டு வந்து விடுமோ என்று அஞ்சிய நான் எனக்கு ஆண்மை இல்லை என அவரிடம் பொய் கூறினேன். அது முதற்கொண்டு அவர் என்னிடம் திருமணம் குறித்துப் பேசியது இல்லை.

இஸ்தான்புல் சென்று இரண்டு ஆண்டுகள் முழுமையடைந்த பிறகு நான் சொந்த ஊருக்குச் செல்வதாக அஹமது எபந்தியிடம் கூறினேன். அதற்கு அவர், 'நீ போகக் கூடாது, ஏன் நீ போக வேண்டும்? இஸ்தான்புல்லில் உனக்கு என்ன இல்லை? இறைவன் இந்த நகரத்தில் உனக்கு உலகத் தேவையையும் மார்க்கத் தேவையையும் நிறைவேற்றித் தந்திருக்கிறான். உனக்கு யாரும் இல்லை என்று நீதான் கூறினாய். அப்படி இருக்கும்போது எதற்காக நீ இஸ்தான்புல்லை விட்டுச் செல்ல வேண்டும்?' என்றார். அஹமது எபந்திக்கு என்னுடனான நட்பைவிட முடியவில்லை. நான் இஸ்தான்புல்லிலேயே தங்க வேண்டும் என அவர் ஆசைப்பட்டார். ஆனால் எனது கடமை உணர்வு என்னை அழுத்தியது. நான் லண்டன் திரும்பி இஸ்லாமியக் கிலாஃபத்தின் மையப் பகுதி குறித்து அறிக்கை தாக்கல் செய்து புதிய உத்தரவுகளைப் பெறவேண்டும்.

இஸ்தான்புல்லில் நான் தங்கியிருந்த காலகட்டத்தில் ஒவ்வொரு மாதமும் காமன்வெல்த் அமைச்சகத்திற்கு எனது பார்வைகள் குறித்த அறிக்கையை அளித்துக்கொண்டிருந்தேன். அப்போது ஒரு தடவை நான் அனுப்பிய அறிக்கையில், 'நமது வேலைக்காக ஒரு நபரிடம் ஓரினச்சேர்க்கை வைத்தால்தான் நடக்கும். என்ன செய்வது' என்று கேட்டிருந்தேன். அதற்கு அமைச்சகத்தில் இருந்து நமது இலட்சியத்தை அடைய இந்தச் செயல் உதவும் என்றால் நீ அதற்கு உடன்படு என்று பதில் வந்தது. எனக்கு இந்த பதில் மிகப்பெரிய ஆச்சரியத்தைக் கொடுத்தது. ஒட்டுமொத்த உலகமும் என்னைப் பார்த்துக் காறி உமிழ்வதைப் போன்று இருந்தது. இந்த மோசமான செயல் பிரிட்டிஷ் முழுவதும் பரவலாக இருப்பது எனக்குத் தெரியும். ஆனால் நான் இதுவரை இந்தத் தீய செயலில் ஈடுபட்டதில்லை. எனது தலைமை கட்டளையிடும்போது நான் என்ன செய்ய முடியும்? எனக்கு வேறு வழி தெரியவில்லை. நான் அமைதியாக இருந்து எனது பணியைத் தொடர்ந்தேன்.

நான் அஹமது எபந்தியிடமிருந்து விடைபெறும்போது அவருடைய கண்கள் குளமாயின. 'எனது மகனே! இறைவன்

உன்னுடன் இருக்கிறான். நீ இஸ்தான்புல் திரும்பும்போது நான் இறந்திருந்தால் என்னை நீ நினைவுகூர்ந்துகொள். மறுமை நாளில் இறைத்தூதரின் முன்பு நாம் சந்திப்போம்' என்று கூறினார். அவர் கூறியது உண்மையி லேயே எனக்கு வருத்தத்தை அளித்தது. நான் கண்ணீரை உதிர்த்தேன். என்றாலும் எனது கடமை உணர்வு இயற்கையாகவே மிகவும் வலுவானதாக இருந்தது.

3

கருத்துவேறுபாடுகளை அதிகப்படுத்துவதுதான் முதல் இலக்கு

நான் லண்டன் திரும்பும் முன்பே எனது நண்பர்கள் லண்டன் திரும்பினர். அமைச்சகத்தில் இருந்து புதிய உத்தரவுகளையும் அவர்கள் பெற்றிருந்தனர். நானும் புதிய உத்தரவுகளை அமைச்சகத்திடமிருந்து பெற்றுக் கொண்டேன். வாய்ப்புக்கேடாக உளவு வேலைக்குச் சென்றதில் வெறும் 6 பேர்தான் லண்டன் திரும்பினோம். காணாமல் போன நான்கு பேரில் ஒருவர் எகிப்தில் இஸ்லாமிய சமயத்திற்கு மாறி அங்கேயே தங்கிவிட்டார். மற்றொருவர் ரஷ்யா சென்றார். அவரும் அங்கேயே தங்கிவிட்டார். காரணம் அவர் ஒரு ரஷ்யர். அமைச்சக செயலரின் உறவினரான மற்றொருவர் பாக்தாத்தில் பிளாக் நோய்க்கு பலியாகி விட்டார். நான்காவது உளவாளி ஏமன் நாட்டில் உள்ள சன்ஆ நகருக்குச் சென்றது வரைக்கும்தான் தெரியும். இதுவரை தேடியும் அவர் கிடைக்கவில்லை. ஒரு வருடம் மட்டும் அறிக்கை அனுப்பிக் கொண்டிருந்தார். அதன்பிறகு அவரைக் காணவில்லை. மாயமாகிவிட்டார். அமைச்சகம் பல்வேறு முயற்சிகள் எடுத்த பின்பும் அவரைக் கண்டுபிடிக்க முடியவில்லை. நான்கு பேர் மாயமானது அமைச்சகத்திற்குப் பெரும் இழப்பாகவே கருதப்பட்டது. ஏனென்றால் நாங்கள் பெரிய வேலைகளைச் செய்ய வேண்டிய சிறிய சமூகத்தினராகவே இருந்தோம். ஆகையால் ஒவ்வொரு மனிதனின் வளத்தையும் கணக்கிட்டுப் பயன்படுத்தி வந்தோம்.

எங்களின் அறிக்கைகளை ஆராய அமைச்சகச் செயலர் ஒரு அமர்வை ஏற்படுத்தினார். அதில் நானும் எனது சக கூட்டாளிகளும் அறிக்கையைச் சமர்ப்பித்தோம். என் அறிக்கையிலிருந்து சில குறிப்பு களை மற்றவர்கள் எடுத்துக் கொண்டார்கள். அந்த அமர்வில் கலந்து கொண்ட அமைச்சரும் செயலரும் எனது பணிகளை வெகுவாகப் பாராட்டினார்கள். என்றாலும் எனது வேலைகளுக்கு மூன்றாவது

இடம்தான் கிடைத்தது. முதல் இடத்தை எனது நண்பர் ஜார்ஜ் பெல்கோடும் இரண்டாவது இடத்தை ஹென்றி பேன்சும் பெற்றுக் கொண்டனர்.

ஆனால் துருக்கி, அரபு, குர்ஆன், ஷரீஅத் ஆகியவற்றைப் படித்தது சந்தேகம் இல்லாமல் நான் பெரிய வெற்றியாகக் கருதினேன். என்றாலும் அமைச்சகம் கேட்ட உஸ்மானிய கிலாஃபத்தின் பலவீனமான அம்சங்கள் குறித்து என்னால் அறிக்கை தர முடியவில்லை. இரண்டு மணி நேர அமர்விற்குப் பின்பு எனது தோல்விக்கான காரணம் குறித்து செயலர் என்னிடம் வினவினார். நான் கூறினேன்: 'எனது முதன்மையான வேலையாக குர்ஆன் மற்றும் ஷரீஆ படிப்பதையே கருதினேன். வேறு வேலை செய்வதற்கு எனக்கு நேரம் கிடைக்கவில்லை. ஆனால் நீங்கள் என்னை நம்பினால் இந்த முறை உங்களைத் திருப்திபடுத்துவேன்.' செயலர் கூறினார்: 'நீ உண்மையிலேயே வெற்றியடைந்துள்ளாய்.' மேலும் அவர் என்னை வாழ்த்தி உண்மையிலேயே உனக்குதான் முதல் இடம் என்றார்.

பின்பு செயலர் கூறினார்: 'ஹெம்பரே! உனது அடுத்த வேலை இரண்டு விஷயங்களை அடிப்படையாகக் கொண்டதாக இருக்க வேண்டும்.

1. முஸ்லிம்களின் பலவீனமான பகுதிகளை அறிந்துகொண்டு அந்த வழியாகச் சென்று அவர்களுடைய உடலின் மூட்டுகளில் உள்ள இணைப்புகளைத் தகர்க்க வேண்டும். இதுதான் எதிரிகளை வீழ்த்த சரியான வழி.
2. முஸ்லிம்களிடையே கருத்து வேறுபாடுகளை ஏற்படுத்தி அவர்கள் ஒருவருக்கொருவர் முரண்பட ஏற்பாடு செய்ய வேண்டும். அவ்வாறு நீ செய்தால் நீதான் வெற்றிபெற்ற ஏஜெண்ட். இதற்காக அமைச்சகத்திடமிருந்து விருது பெறுவாய்.

நான் லண்டனில் ஆறு மாதம் தங்கியிருந்தேன். அப்போது எனது தந்தைவழி உறவுப் பெண்ணான மரியா ஷ்வேயைத் திருமணம் செய்து கொண்டேன். அப்போது எனக்கு 22 வயது. எனது மனைவிக்கு 23 வயது. மரியா ஷ்வே மிகவும் அழகான பெண். தேவையான அறிவும் கலாச்சார பின்னணியும் இருந்தன. நான் அவருடன் கழித்த நாட்கள் எனது வாழ்க்கையில் மிகவும் சந்தோஷமான தருணங்கள். எனது மனைவி கர்ப்பம் ஆனாள். நாங்கள் எங்களின் புதிய

விருந்தாளிக்காக (குழந்தைக்காக) காத்துக்கொண்டிருந்த போது நான் இராக்கிற்குச் செல்ல வேண்டும் என அமைச்சகத்தில் இருந்து புதிய உத்தரவு வந்தது.

எனது மகனின் பிறப்புக்காக நான் காத்துக்கொண்டு இருக்கும் போது வந்த இந்த உத்தரவால் எனக்குக் கவலையாக இருந்தாலும் எனது நாட்டின் மீது நான் கொண்டுள்ள பற்றும் நான் புகழப்பட போவதற்குக் காரணமான எனது லட்சியமும் உந்தித் தள்ளின. அதுமட்டுமின்றி எனது நண்பர்களின் மத்தியில் நான்தான் திறமையானவன் என்று தேர்ந்தெடுக்கப்பட வேண்டும் என்ற விருப்பத்திற்கு முன்னால் கணவன் என்ற முறையிலோ தந்தை என்ற முறையிலோ உள்ள எனது உணர்ச்சி எனக்குப் பெரிதாகப் படவில்லை. அதனால் தயக்கம் காட்டாமல் எனக்கு கொடுக்கப் பட்ட வேலையைச் செய்ய ஒப்புக்கொண்டேன். எனது மனைவி, குழந்தை பிறக்கும் வரை வேலையைத் தள்ளிப் போடுங்கள் என்று கூறினார். ஆனால் நான் அதை அசட்டை செய்துவிட்டு அவளைவிட்டு விடைபெறும்போது இருவரும் அழுதோம். எனது மனைவி கூறினாள்: 'எனக்குக் கடிதம் எழுதுவதை நிறுத்தி விடாதீர்கள். நீங்கள் எனக்கு எழுதும் கடிதங்கள் தங்க குவியல்களை விட முக்கியமானவை.' எனது மார்பில் தலைவைத்து அவள் கூறிய இந்த வார்த்தைகளால் எனது பயணத்தை ரத்து செய்து விடலாம் என்று நினைத்தேன். என்றாலும் எனது உணர்ச்சிகளை நான் கட்டுப்படுத்திக்கொண்டேன். நீண்ட நேர விடைபெறும் தருணத் திற்குப் பின்பு நான் செய்ய வேண்டிய பணிகள் பற்றிய குறிப்பு களுக்காக அமைச்சகத்திற்கு சென்றேன்.

ஆறு மாதத்திற்குப் பின்பு இராக்கின் பஸ்ரா நகருக்கு வந்தேன். இந்த நகரில் ஷியாக்களும் சன்னிகளும் சரிபாதி அளவில் இருந்தனர். பஸ்ரா பழங்குடியின மக்களின் நகரமாக இருந்தது. இங்கு அரபுகள், பாரசீகர்கள் மற்றும் குறைந்த அளவு கிறிஸ்தவர்களும் இருந்தார்கள். நான் பாரசீகர்களைச் சந்திப்பது இதுதான் எனது வாழ்க்கையின் முதன்முறை. தொடருவதற்கு முன்னால் ஷியாயியம், சன்னியம் குறித்து சிறு குறிப்புகளை இங்கு குறிப்பிட விரும்புகிறேன்.

ஷியாக்கள் அலீ இப்னு அபூதாலிபைப் பின்பற்றுவதாகக் கூறுகிறார்கள். அவர் இறைத்தூதர் முஹம்மதின் மகள் பாத்திமாவின் கணவர். மேலும் இறைத்தூதருடைய தந்தையின் சகோதரரின் மகன். இறைத்தூதர் முஹம்மது அவர்கள் அலீயையும் அவருக்கு

பின்பு 12 இமாம்களையும் கலீஃபாவாக நியமித்ததாக ஷியாக்கள் கூறுகிறார்கள். அலீ, அவருடைய மகன்கள் ஹசன், ஹுசைன் ஆகியோருக்குத்தான் கலீஃபாவாகப் பொறுப்பேற்க உரிமை இருப்ப தாக ஷியாக்கள் நம்புகிறார்கள். நான் இஸ்லாமிய வரலாற்றை ஆய்வு செய்தவரை அலீக்கு கலீஃபா ஆவதற்கான அனைத்துத் தகுதிகளும் உள்ளன. ஆனால் நபிகளார் அலீ, ஹசன், ஹுசைன் ஆகியோரைக் கலீஃபாவாக நியமித்ததற்கான ஆதாரங்கள் இல்லை. எனது சந்தேகம் எவ்வாறு இறைத்தூதர் அவர்கள் ஹுசைனின் மகன் மற்றும் அவரின் 8 பேர குழந்தைகளைக் கலீபாவாக நியமித்தார் என்பதே! ஹுசைன் சிறு குழந்தையாக இருக்கும்போதே இறைத்தூதர் மரணித்துவிடு கிறார்கள். கிறிஸ்தவர்களாகிய எங்களுக்கு முஹம்மது நபியின் தூதுத்துவம் குறித்து சந்தேகம் உள்ளது. ஆகையால் இதில் எனக்கு நம்பிக்கை இல்லை.

முஸ்லிம்கள் முஹம்மது நபியின் தூதுத்துவத்திற்குப் பல்வேறு ஆதாரங்களைக் கூறுகிறார்கள். அதில் ஒன்று குர்ஆன். நான் குர்ஆனைப் படித்திருக்கிறேன். நிச்சயமாக அது ஒரு உயர்தரமான வேதநூல். தோரா, பைபிளைவிட அது சிறப்பு வாய்ந்ததுதான். அதில் கருத்தியல் கோட்பாடுகள், தடைகள், ஒழுக்கச் சட்ட நியதிகள் என ஏராளமான விழுமியங்கள் உள்ளன. படிப்பறிவு இல்லாத பல்வேறு பகுதிகளுக்குப் பயணம் செய்யாத ஒருவர் இவ்வளவு உயர்தரமான வேதம் ஒன்றை எப்படித் தயாரிக்க முடியும். இதனால் முஹம்மது அவர்கள் இறைவனின் தூதராக இருக்கலாம் என நான் ஆச்சரியப் பட்டதுண்டு.

முஹம்மது அவர்களின் தூதுத்துவம் குறித்து நான் பல்வேறு ஆராய்ச்சிகள் செய்திருக்கிறேன். இதுகுறித்து லண்டனில் உள்ள அருட்தந்தை ஒருவரிடம் கேட்டபோது அவருடைய பதில் கடுமை யானதாகவும் மேற்கொண்டு பேசமுடியாததாகவும் இருந்தது. நான் துருக்கியில் இருந்த போது இது குறித்து அஹமது எபந்தியிடம் பலமுறை கேட்டிருக்கிறேன். ஆனால் அவரிடமிருந்து நிறைவான பதில் வந்ததில்லை. உண்மையைச் சொல்லப்போனால் நான் உளவாளி என்பது வெளிப்பட்டுவிடும் என்பதால் இது தொடர்பாக அவரிடம் என்னால் வெளிப்படையாகப் பேச முடியவில்லை.

நான் முஹம்மது நபி குறித்துப் பல்வேறு சிந்தனைகள் செய்திருக் கிறேன். குர்ஆனைப் படிக்கும் எவரும் முஹம்மது இறைவனின் தூதர்தான் என்பதைக் கண்டிப்பாக ஒப்புக்கொள்வார்கள் என்பதில்

எந்தவித சந்தேகமும் இல்லை. என்றாலும் நான் கிறிஸ்தவனாக இருப்பதால் அவருடைய தூதுத்துவத்தின் மீது என்னால் நம்பிக்கை கொள்ள முடியவில்லை. அவர் உயர்ந்த மனிதர். சிறந்த ஒழுக்க வீரர் என்பதில் எந்த சந்தேகமும் இல்லை.

மற்றொருபுறம் சன்னிகள் கூறுகிறார்கள் இறைத்தூதரின் மரணத்திற்குப் பின்பு அபூபக்கர், உமர், உஸ்மான், அலீ போன்ற தகுதி படைத்த இறைத்தூதரின் தோழர்கள் கலீஃபாவாக தேர்ந்தெடுக்கப்பட்டனர்.

கருத்து வேறுபாடுகள் அனைத்து மதத்திலும் உள்ளவைதான். கிறிஸ்துவத்தில் இது அதிகமாகவே உள்ளது. உமரும் அலீயும் மரணித்துவிட்டார்கள். இப்போதும் இந்த முரண்பாட்டை பேசிக்கொண்டிருப்பதில் எந்தப் பலனும் இல்லை. முஸ்லிம்கள் இன்றைய நிலையைக் குறித்துதான் சிந்திக்க வேண்டும். கடந்து போன நாட்களைச் சிந்தித்து முரண்படுவதில் என்ன லாபம் இருக்கப் போகிறது.

ஒருதடவை காமன்வெல்த் அமைச்சரகக் கூட்டத்தில் ஷியா-சன்னி வேறுபாடுகள் குறித்துப் பேசிக்கொண்டிருக்கும்போது நான் என்னை அறியாமல், 'முஸ்லிம்கள் அவர்களின் வாழ்க்கை குறித்து சரியான புரிந்துணர்வு பெற்றிருப்பார்களானால் ஷியா-சன்னி பிரச்சினைகளைத் தங்களுக்குள்ளே பேசித் தீர்த்துக்கொண்டு ஒன்றாகி விடுவார்கள்' என்றேன். உடனே ஒரு அதிகாரி குறுக்கிட்டு என்னை எச்சரித்தவராக 'உங்களுடைய வேலை பிரிவினையை ஏற்படுத்துவதே அன்றி முஸ்லிம்களை எப்படி ஒன்றிணைக்கலாம் என்று ஆராய்வது அல்ல' என்றார்.

எனது இராக்கிய பயணத்திற்கு முன்பு காமன்வெல்த் அமைச்சக செயலர் கூறினார்: 'ஹெம்பரே! மனித சமூகம் உருவாக்கப்பட்டது முதற்கொண்டே கருத்து வேறுபாடுகள் உள்ளன. இந்தக் கருத்து வேறுபாடுகள் ஜீசஸ் மீண்டும் வரும் வரை தொடர்ந்துகொண்டே தான் இருக்கும். இன, சாதி, வட்டார, தேசிய, மத அடிப்படை யிலான முரண்பாடுகள் ஏராளமாக உள்ளன. உனது வேலை இந்த முரண்பாட்டை ஊதிப் பெரிதாக்குவதுதான். முஸ்லிம்கள் மத்தியில் நீ எவ்வளவு பெரிதாக கருத்து வேறுபாட்டை உருவாக்குகிறாயோ அதில்தான் உனது வெற்றி இருக்கிறது. பிரிட்டிஷ் அரசாங்கத்திற்கு நீ செய்யக்கூடிய பெரிய சேவையும் இதுதான்.

'ஆங்கில மக்களாகிய நாம் வளமாகவும் வசதியாகவும் வாழ நமது காலனிய பகுதிகளில் கருத்து வேறுபாடுகளை அதிகரிக்கப் பல்வேறு வேலைகளைச் செய்ய வேண்டும். இந்த வழியில் சென்றால் தான் உஸ்மானிய பேரரசை நாம் உடைக்க முடியும். சிறு கூட்டமாக இருக்கக்கூடிய நாம் இந்த வழியைப் பின்பற்றாமல் எவ்வாறு அதிகாரமிக்க அந்த பலம்மிக்கவர்களை எதிர்கொள்ள முடியும். உனது திறமை முழுவதையும் கொண்டு பிளவின் வாயைத் தேடு, அதைக் கண்டவுடன் நீ அதனுள் புகுந்துவிடு. உஸ்மானிய, ஈரானிய பேரரசுகள் அவற்றின் நிலைத்த தன்மையை இழக்கும் தருவாயில் உள்ளனர் என்பதை நீ அறிந்துகொள்ள வேண்டும். ஆகையால் உனது முதல் வேலை அரசுக்கு எதிராகப் பொது மக்களைத் தூண்டிவிடுவதுதான். அனைத்துப் புரட்சிகளும் பொதுமக்களுடைய கிளர்ச்சியின் ஊடாகத்தான் நடந்ததாக வரலாறு. முஸ்லிம்களின் ஒற்றுமையைச் சீர்குலைத்து அவர்களைப் பிளவுபடுத்தி பலவீனப்படுத்த வேண்டும். அப்படிச் செய்தால் அவர்களுடைய வலிமை குறையும். இதன் மூலம் நாம் அவர்களை எளிதாக அழித்துவிடலாம்' என்று அவர் கூறினார்.

4

இஸ்லாத்தில் புதிய கோட்பாட்டுக்கான தொடக்கம்

நான் பஸ்ராவில் ஒரு பள்ளிவாசலில் தங்கியிருந்தேன். அந்தப் பள்ளியின் இமாம் சன்னிப் பிரிவைச் சேர்ந்த அரேபியராக இருந்தார். அவருடைய பெயர் ஷேக் உமர் தாயி. நான் அவரிடம் கலந்துரை யாடலைத் தொடங்கிய போது நான் கேட்ட கேள்விகளால் அவர் என் மீது சந்தேகம் கொண்டார். பின்பு நான் ஒரு வழியாக இவ்வாறு கூறிச் சமாளித்தேன்: 'நான் துருக்கியின் இக்திர் மாகாணத்திலிருந்து வருகிறேன். இஸ்தான்புல்லிலுள்ள இமாம் அகமது எபந்தியின் மாணவன். காலித் என்ற தச்சரிடம் அங்கு பணியாற்றி வந்தேன்.' நான் மேற்கொண்டு துருக்கி குறித்த சில தகவல்களையும் கூறினேன். மேலும் துருக்கி மொழியில் சில வாக்கியங்களையும் கூறினேன். உடனே அந்த இமாம் அங்கிருந்த ஒருவரிடம் நான் பேசும் துருக்கி மொழி சரியானதுதானா என்று சைகை காட்டினார். பதில் எனக்கு சாதகமாக வந்தது. இமாமைச் சமாளித்தது எனக்கு மிகுந்த மகிழ்ச்சியை அளித்தது. என்றாலும் பின்புதான் நான் தவறு செய்தது புரிந்தது. சில நாட்கள் கழித்து அந்த இமாம் என்னைத் துருக்கி நாட்டைச் சேர்ந்த உளவாளி என்று நினைத்தார். அதன்பிறகு அவருடைய நடவடிக்கையில் பெரும் மாற்றங்கள் ஏற்பட்டன.

உஸ்மானிய பேரரசினால் நியமிக்கப்பட்ட ஆளுநருக்கும் உமர் தாயிக்கும் இடையே பகை இருந்தது பின்புதான் எனக்குத் தெரிந்தது. அவர் என்னை அந்தப் பள்ளிவாசலில் இருந்து வெளியேற வற்புறுத்தினார். இதனால் சுற்றுலாப்பயணிகளும் வெளிநாட்டினரும் தங்கும் ஓட்டல் ஒன்றில் அறை எடுத்துத் தங்கினேன். அந்த ஓட்டலின் உரிமையாளரான முர்ஷித் எபந்தி ஒரு மூடர். ஒவ்வொரு நாளும் அதிகாலைத் தொழுகைக்

காக அழைப்பொலி (பாங்கு) சப்தம் கேட்டவுடன் எனது அறைக் கதவைப் பலமாகத் தட்டுவார். உடனடியாக எழுந்து தொழுகைக்குச் செல்ல வற்புறுத்துவார். நான் அவருக்குக் கீழ்ப் படிந்து உடனடியாக எழுந்து பள்ளிவாசலுக்குச் சென்று விடுவேன். தொழுகைக்குப் பின்பு குர்ஆன் படிக்க வலியுறுத்துவார். அப்போது நான் அவரிடம் தொழுகைக்குப் பின் குர்ஆன் படிப்பது இஸ்லாத்தில் கட்டாயம் ஒன்றும் அல்ல. அப்படி இருக்கும்போது நீங்கள் ஏன் இவ்வளவு அழுத்தம் கொடுக்கிறீர்கள் என்று கேட்டேன். அதற்கு அவர், 'காலைத் தொழுகைக்குப் பிறகு தூங்கினால் ஏழ்மையும் துரதிருஷ்டமும் இந்த ஓட்டலுக்கும் இதில் தங்கியிருப்பவர்களுக்கும் பீடிக்கும்...' என்று கூறினார். நான் அவருடைய பேச்சைக் கேட்காவிட்டால் ஓட்டலில் இருந்து வெளியேற்றிவிடுவதாகக் கூறினார். இதனால் காலைத் தொழுகைக் கான அழைப்பொலி சப்தம் கேட்டதும் உடனடியாக தொழுகைக்குச் சென்றுவிட்டு ஒரு மணி நேரம் குர்ஆன் படிப்பேன்.

ஒரு நாள் முர்ஷித் எபந்தி என்னிடம் நீ தனியாக இந்த அறையில் தங்கினால் ஒழுக்கமாக இருக்க மாட்டாய். ஆகையால் நீ திருமணம் செய்ய வேண்டும். அல்லது அறையைக் காலி செய்ய வேண்டும் என்று கூறினார். திருமணம் செய்துகொள்வதற்குப் போதுமான வசதி என்னிடம் இல்லை என்று அவரிடம் கூறினேன். அகமது எபந்தியிடம் கூறியதைப் போன்று நான் ஆண்மையற்றவன் என்று இவரிடம் கூறி சமாளிக்க முடியாது. ஏனென்றால் நான் அப்படிக் கூறினால் அவர் உடனே எனது ஆடையை அவிழ்த்து என்னுடைய ஆண் உறுப்பையே பரிசோதித்துவிடுவார். அப்படிப்பட்ட ஆள் அவர்.

எனக்குப் போதுமான பொருளாதார பலம் இல்லை என்று கூறியதும் முர்ஷித் எபந்தி, 'நீ எவ்வளவு பலவீனமான நம்பிக்கை யாளனாக இருக்கிறாய். அவர்கள் ஏழையாக இருந்தால் இறைவன் தன் அருளால் அவர்களைச் சீமானாக்குவான் என்ற குர்ஆனிய வசனத்தைப் படித்ததில்லையா?' என்று கூறினார். நான் என்ன கூறுவது என்று தெரியாமல் திகைத்து நின்றேன். கடைசியாக சமாளிக்கும் விதமாக நான் அவரிடம் கூறினேன்: 'சரி, நான் திருமணம் செய்துகொள்கிறேன். அதற்குத் தேவையான பணத்தை நீங்கள் தர முடியுமா அல்லது குறைந்த அளவு மஹர் வாங்கக்கூடிய பெண்ணைத் தேடித் தரமுடியுமா?'

சிறிது நேரத்திற்கு பின்பு முர்ஷித் எபந்தி, 'எனக்கு அது எல்லாம் தெரியாது. ரஜப் மாதத்தின் தொடக்கத்தில் நீ திருமணம் செய்துகொள்ள வேண்டும். அல்லது அறையைக் காலி செய்ய வேண்டும்' என்றார். ரஜப் மாதம் தொடங்க இன்னும் 25 நாட்கள்தான் இருந்தன. இதனால் முர்ஷித் எபந்தியின் ஓட்டலைவிட்டு வெளியேறி ஒரு தச்சரிடம் உதவியாளராக வேலைக்குச் சேர்ந்தேன். தங்கும் இடமும் உணவும் அங்கு கிடைத்தன. ரஜப் மாதத்திற்கு முன்பே அந்தத் தச்சரின் கடைக்கு வந்துவிட்டேன். அந்தத் தச்சர் இனிமையான மனிதராக இருந்தார். அவர் என்னை அவருடைய மகனைப் போன்று நடத்தினார். அவர் ஈரானின் குராசான் பகுதியைச் சேர்ந்த ஷியா பிரிவு முஸ்லிமாக இருந்தார். அவருடைய பெயர் அப்துர் ரிதா. அவருடனான நட்பு எனக்கு பாரசீக மொழியைத் தெளிவாகக் கற்க உதவியது. ஒவ்வொரு நாள் நண்பகலும் ஈரானிய ஷியாக்கள் அவருடைய கடையில் ஒன்றுகூடி அரசியல் முதல் பொருளாதாரம் வரை அனைத்து விஷயங்கள் குறித்தும் கலந்துரையாடுவார்கள். அவர்களின் உரையாடலில் பெரும்பாலும் அவர்களின் நாட்டு அரசையும் இஸ்தான்புல் கலீஃபாவையும் அதிகமாகக் குறைகூறிப் பேசுவார்கள். சம்பந்தமில்லாத யாராவது வந்தால் உடனடியாகப் பேச்சை மாற்றித் தங்களின் சொந்த விஷயங்கள் குறித்துக் கதைப்பார்கள்.

நான் துருக்கி மொழி பேசுவதால் நான் அஸர்பெய்ஜான் நாட்டைச் சேர்ந்தவன் என நினைத்து என்னை அதிகமாக நம்பினார்கள். அடிக்கடி எங்களின் தச்சகத்திற்கு ஒரு இளைஞர் வந்துகொண்டிருந்தார். அறிவியல் ஆராய்ச்சியில் ஈடுபடும் மாணவனைப் போன்று அவருடைய தோற்றம் இருந்தது. அவருக்கு அரபி, பாரசீகம், துருக்கி ஆகிய மொழிகள் தெரிந்திருந்தன. அவருடைய பெயர் முஹம்மது இப்னு அப்துல் வஹ்ஹாப் நஜ்தி.[1] இந்த இளைஞர் உஸ்மானிய பேரரசு மீது கடுமையான விமர்சனம் வைத்திருந்தார். கடை உரிமையாளரான அப்துர் ரிதா அவருடைய

---

[1] முஹம்மது இப்னு அப்துல் வஹ்ஹாப் அவர்களுக்கும் பிரிட்டிஷாரின் சதி வேலை களுக்கும் எந்த இரகசியத் தொடர்பும் கிடையாது. ஹெம்பரை ஒரு முஸ்லிம் என்று நினைத்துதான் அவர் நெருங்கிப் பழகிவந்துள்ளார். 17ஆம் நூற்றாண்டில் ஏற்பட்ட இஸ்லாமிய மறுமலர்ச்சியை உருவாக்கிய முஹம்மது இப்னு அப்துல் வஹ்ஹாப் எப்போதுமே போற்றப்பட வேண்டிய இஸ்லாமிய ஆளுமை. இதில் எந்த சந்தேகமும் கொள்ள வேண்டியதில்லை. (மொ-ர்)

நண்பர் என்பதாலும் இருவருக்கும் உஸ்மானிய கலீஃபாவின் மீது விமர்சனம் இருந்ததால் இருவரும் சேர்ந்து உஸ்மானிய கலீஃபாவையே விமர்சிப்பார்கள். இந்த இளைஞர் சன்னிப் பிரிவைச் சேர்ந்தவர். ஆனால் பாரசீக மொழி நன்றாகத் தெரிந்திருந்தது. அப்துர் ரிதா ஷியா பிரிவைச் சேர்ந்தவர். என்றாலும் இருவரும் எப்படி நண்பர்கள் ஆனார்கள் என்பது வியப்பாக இருந்தது.[2] இந்த நகரத்தில் உள்ள சன்னிகள் ஷியாக்களுடன் சகோதர வாஞ்சையுடன் பழகிவந்தனர். இந்த நகரத்தில் வசிப்பவர்களில் பெரும்பாலானோருக்கு அரபியும் பாரசீகமும் தெரிந்திருந்தது. அதே போன்று துருக்கி மொழியையும் தெரிந்து வைத்திருந்தனர்.

முஹம்மது நஜ்தி சன்னி என்பது வெளிப்படையாகவே தெரிந்திருந்தது. பெரும்பாலான சன்னிகள் ஷியாக்களுடனான உறவைத் தவிர்த்தே வந்தனர். அவர்கள் ஷியாக்களை நம்பிக்கை அற்றவர்களாகவே பார்த்தனர். ஆனால் முஹம்மது நஜ்தி ஷியாக்களை தூஷிக்க மாட்டார். மேலும் அவர் சன்னிகள் தங்களை நான்கு இமாம்களுடன் பிணைத்து வைத்திருப்பதற்கு இஸ்லாத்தில் ஆதாரம் இல்லை என்று வாதிட்டுவந்தார். குர்ஆனில் இந்த 4 மத்ஹபுகள் (சிந்தனைப் பள்ளிகள்) தொடர்பாக எந்தவித ஆதாரமும் இல்லை என விமர்சித்தார்.

மத்ஹபுகள் என்றால் இறைத்தூதர் மரணித்த பின்பு அபூ ஹனீபா, அஹமது இப்னு ஹன்பல், மாலிக் இப்னு அனஸ், முஹம்மது இப்னு இத்ரீஸ் ஷாபீஈ என்ற நான்கு இமாம்களை சன்னி முஸ்லிம்கள் பின்பற்றும் சிந்தனைப் பள்ளிகளாகும். சில கலீஃபாக்கள் (இஸ்லாமிய உலகத்தில் கருத்துக் குழப்பங்கள் ஏற்பட்டுவிடக் கூடாது என்பதற்காக) சன்னிகளை இந்த 4 இமாம்களில் ஒருவரைப் பின்தொடர்ந்து மார்க்க சட்டதிட்டங்களைச் செய்ய வேண்டும் என்று கட்டாயப் படுத்தினார்கள். இந்த 4 இமாம்களைத் தவிர யாரும் குர்ஆன், நபிமொழிகளை ஆராய்ச்சி செய்து சட்டங்களைத் தொகுக்க முடியாது *(இஜ்திஹாத்)* என அவர்கள் கூறினார்கள். இந்தச் செயல்பாடு முஸ்லிம்களின் அறிவுத் தாகத்திற்குத் திரையிட்டது. இஸ்லாம் நிலைபெற வேண்டும் என்றால் இஜ்திஹாதிற்கான தடை நீங்க வேண்டும் என்பதே எனது கருத்தாகும்.

[2] முஹம்மது இப்னு அப்துல் வஹ்ஹாப் சன்னி-ஷியா என்று இஸ்லாத்தில் ஏற்பட்ட பிளவுகளை எதிர்த்து வந்ததால் அனைத்துப் பிரிவு மக்களிடமும் அவர் சுமுகமாகவே பழகிவந்தார். (மொ-ர்)

ஷியாக்கள் சன்னிகளால் தொடர்ந்து நசுக்கப்பட்டார்கள். 10 சன்னிகளுக்கு ஒரு ஷியா என்ற விகிதாச்சாரத்தில்தான் முன்பு ஷியாக்கள் இருந்தார்கள். ஆனால் தற்போது அவர்களின் எண்ணிக்கை வளர்ந்து சன்னிகளுக்கு இணையாக வந்துவிட்டார்கள். இந்த முடிவு இயற்கையானதுதான். (இதற்கான காரணம் சன்னிகள் இஜ்திஹா திற்குத் திரையிட்டுக் கொண்டதுதான்.) இஜ்திஹாத் ஆயுதம் போன்றது. இஸ்லாமிய உலகில் புதிய நவீன சட்டதிட்டங்களுக்குக் குர்ஆன், நபிமொழி வழியாக வழிவகுக்கும் இஜ்திஹாத் மீதான தடை மிகவும் மோசமானது. அது நான்கு இமாம்களின் சட்ட நூல்களுக்குள் சுருங்கிவிடுகிறது. மேலும் சிந்திக்கும் திறனுக்கான வாசலை மூடி காலங்களை அலட்சியம் செய்து விடுகிறது என்று நான் நினைக்கிறேன். உங்களின் ஆயுதம் கூர்மையாக இல்லாவிட்டால் உங்களுடைய எதிரி பலசாலியாகி விடுவார். உங்களுடைய எதிரிகளால் நீங்கள் விரைவாகவோ காலம் தாழ்த்தியோ தோற் கடிக்கப்படுவீர்கள் என நான் கருதுகிறேன். சன்னிகள் வளர்ச்சி யடைய வேண்டும் என்றால் அவர்கள் இஜ்திஹாதிற்கான வாயிலைத் திறந்து விடவேண்டும். அவர்கள் இதைச் செய்யா விட்டால் சன்னிகள் சிறுபான்மையினராகி ஷியாக்கள் பெரும் பான்மையாகி விடுவார்கள் என்பது திண்ணம்.

இது ஒருபுறமிருக்க நான் விஷயத்திற்கு வருகிறேன். இந்த இளைஞர் முஹம்மது நஜ்தி குர்ஆன், நபிமொழியைப் புரிந்து கொள்வதில் தனக்கென ஒரு கட்டமைப்பை வைத்துக்கொண்டு அதையே பின்பற்றினார். அவர் பிரபல இஸ்லாமிய அறிஞர்களின் கருத்தை முற்றிலுமாகப் புறக்கணித்தார். அவருடைய காலத்தில் இருந்த அறிஞர்கள் மட்டும் அல்லாமல் 4 இமாம்கள், அபூபக்கர், உமர் போன்ற பிரபலமான நபித்தோழர்களின் கருத்துகளையும் அவர் ஏற்றுக்கொள்ளவில்லை. இதுகுறித்து அவரிடம் கேட்டால் அவர் இவ்வாறு பதில் கூறுவார்: 'எனக்குப் பின்னால் குர்ஆனையும் எனது வழிமுறைகளையும் உங்களுக்கு விட்டுச் செல்கிறேன் என்றுதான் இறைத்தூதர் கூறியிருக்கிறாரே தவிர நபித்தோழர் களையும் மத்ஹபுகளையும் விட்டுச் செல்கிறேன் என்று கூறியது இல்லை. ஆகையால் குர்ஆன், நபிமொழிகள் ஆகியவற்றை மட்டுமே பின்பற்றுவது கடமையே தவிர இமாம்கள், நபித் தோழர்கள், அறிஞர்களைப் பின்பற்றுவது ஒன்றும் கட்டாயம் அல்ல.'

ஒரு நாள் அப்துர் ரிதாவின் கடையில் காலை நேர உணவின் போது முஹம்மது நஜ்திக்கும் கும்மென்ற பகுதியிலிருந்து வந்த ஷியா அறிஞர் ஷேக் ஜாவதிற்கும் நடந்த விவாதத்தைத் தொடர்ந்து முஹம்மது நஜ்தியை நாம் பயன்படுத்த வேண்டும் என முடிவு எடுத்தேன். அந்த உரையாடல் வருமாறு:

ஷேக் ஜாவத்: அலீயை நீங்கள் ஒரு முஜ்தஹிதாக (மார்க்கத் தீர்ப்புக் கூறுபவர்) ஒத்துக்கொள்வீர்களானால் ஏன் ஷியாக்களைப் போன்று அவரை நீங்கள் பின்பற்றுவதில்லை?

முஹம்மது நஜ்தி: உமர் அல்லது வேறு நபித்தோழர்களைவிட அலீ ஒன்றும் உயர்ந்தவர் அல்ல. அவருடைய வார்த்தைகளை மட்டும் சேமித்து வைத்துக்கொண்டு பின்பற்ற வேண்டிய எந்தத் தேவையும் இல்லை. குர்ஆனையும் நபிமொழிகளையும் பின்பற்றினால் போதும்.

ஷேக் ஜாவத்: இறைத்தூதரின் வார்த்தைகளை நாங்களும் அப்படியே பின்பற்றுகிறோம். இறைத்தூதர் இப்படியும் கூறியிருக் கிறார், எனக்குப் பின்னால் இறைவேதத்தையும் எனது குடும்பத் தாரையும் விட்டுச் செல்கிறேன் என்றும் கூறியிருக்கிறார். இறைத் தூதருக்குப் பின்னால் இறைத்தூதரின் குடும்பத்தில் பின்பற்று வதற்கு தகுந்த உறுப்பினர் அலீதான்.

இறைத்தூதர் கூறியதாக ஷேக் ஜாவத் கூறிய இந்த வாக்கியத்தை முஹம்மது நஜ்தி முற்றிலுமாக மறுத்தார். ஷேக் ஜாவத் தமது வாதத்தால் முஹம்மது நஜ்தை மடக்க முயன்றார். ஆனால் முஹம்மது நஜ்தி அவர் கூறியதை ஏற்றுக்கொள்ளவில்லை. நீங்கள் கூறுவதைப் போன்று இறைத்தூதர் கூறியிருந்தால் இறைத்தூதரின் வாக்குகளுக்கு என்ன முக்கியத்துவம் இருக்கும் என்று கேட்டார்.

ஷேக் ஜாவத்: குர்ஆனின் விரிவாக்கம்தான் இறைத்தூதரின் வழிமுறை என்பது. இறைத்தூதர் நான் இறைவேதத்தையும் எனது குடும்பத்தாரையும் (அஹ்லே பைத்) விட்டுச் செல்கிறேன் என்று கூறிய வார்த்தைகளில் இறைவேதம் என்பதில் இறைத்தூதரின் வழிமுறைகளும் அடக்கம்.

முஹம்மது நஜ்தி: இறைத்தூதரின் குடும்பத்தார் குர்ஆனை விளக்கிக் கூறுபவர்களாக இருந்தால் ஏன் பல்வேறு நபிமொழிகளில் குர்ஆன் வசனங்களுக்கு விரிவுரை செய்யப்பட்டுள்ளது.

ஷேக் ஜாவத்: இறைத்தூதரின் மரணத்திற்குப் பின்பு முஸ்லிம்களுக்குப் போதுமான நேரத்தில் குர்ஆனிய விளக்கம் தேவைப்பட்டது. இதனால்தான் இறைத்தூதர் குர்ஆனையும் எனது குடும்பத்தாரையும் பின்பற்றுங்கள் என்று கூறினார்கள்.

இந்த விவாதத்தைக் கவனித்துக்கொண்டிருந்தது எனக்கு சுவாரஸ்யமாக இருந்தது. ஒரு வழியாகத் தனது வாதத்திறமையால் ஷேக் ஜாவத் முஹம்மது நஜ்தியை மடக்கிவிட்டார். முஹம்மது நஜ்தி ஷேக் ஜாவதிற்கு முன்னால் எந்த சலனமும் இல்லாமல் வேடனின் கையில் அகப்பட்ட பறவையைப் போன்று அமைதியாக உட்கார்ந்திருந்தார்.

தற்போதுள்ள அறிஞர்களையும் நான்கு கலீஃபாக்களையும் விமர்சிக்கும் இந்த இளைஞருக்கும் எனக்குக் குர்ஆன் கற்றுத்தந்த மார்க்க அறிஞர் அஹமது எபந்திக்கும் நிறைய வேறுபாடுகள் இருந்தன. அவர் தமது முந்தைய சமூகம் குறித்து மலையளவு நினைவுகள் வைத்திருந்தார். அதிலிருந்து அவரை நகர்த்த எந்த சக்தியாலும் முடியாது. அவர் பின்பற்றக்கூடிய இமாமான அபூ ஹனீபாவின் பெயரைக் குறிப்பிடும் போது மிகவும் கண்ணியமாக நினைவு கூருவார். நபிமொழித் தொகுப்பான புகாரி நூலை அவர் கையில் எடுக்கும்போது உளு (அங்கத்தூய்மை) இல்லாமல் எடுக்க மாட்டார். சன்னிகள் இந்த நூல்கள்மீது அதீத நம்பிக்கை வைத்துள்ளனர்.

இது முதற்கொண்டு முஹம்மது நஜ்தியுடன் நெருங்கிப் பழக ஆரம்பித்தேன். அவரை எங்கு பார்த்தாலும் அவரை உசுப்பேற்றி விடும் விதமாகப் புகழ்ந்து தள்ளுவேன். ஒரு தடவை நான் அவரிடம் கூறினேன், 'நீங்கள் (இறைத்தோழர்களான) உமர், அலீயைவிட சிறந்தவர். இப்போது இறைவனின் தூதர் உயிரோடு இருந்திருந்தால் அவர்களுக்குப் பதிலாக உங்களைத்தான் கலீஃபாவாக நியமித்திருப்பார். இஸ்லாம் உங்கள் மூலம் மறுமலர்ச்சி யடையும் என நான் எதிர்பார்க்கிறேன். நீங்கள்தான் இஸ்லாத்தை உலகின் அனைத்துப் பகுதிகளுக்கும் கொண்டு செல்ல சிறந்த அறிஞர்.'

நஜ்தியும் நானும் இணைந்து குர்ஆனுக்குப் புதிய விளக்கத்தைத் தயாரிக்கத் தொடங்கினோம். இந்த விளக்கங்கள் எங்களின் மனப் போக்கில் அமைந்தன. இந்த விளக்கங்கள் நபித்தோழர்கள்,

நான்கு இமாம்கள், பிரபல மரபுவழி சார்ந்த குர்ஆன் விரிவுரை யாளர்களின் விளக்கங்களில் இருந்தும் மிகவும் வித்தியாச மானதாக இருந்தது. எனது இந்த நோக்கம் முஹம்மது நஜ்தியை வழிகெட வைப்பதுதான். அவர் தம்மை ஒரு புரட்சியாளராகக் கருதினார். அவர் எனது கருத்துகளை, விளக்கங்களை மறுப்பு இல்லாமல் ஏற்றுக் கொண்டார்.

ஒரு சந்தர்ப்பத்தில் (அவருடைய இதயத்தில் இருந்து அநீதிக்கு எதிரான போராட்ட உணர்வை அகற்ற வேண்டும் என்ற நோக்கத்தில்) நான் அவரிடம் கூறினேன், 'ஜிஹாத் செய்வது ஃபர்ள் (கட்டாயம்) அல்ல' என்று. அதற்கு அவர் முதலில் எதிர்ப்புத் தெரிவித்தார். 'இறைநிராகரிப்பவர்கள் அத்துமீறும்போது அவர் களுக்கு எதிராக இஸ்லாமியர்களைப் பாதுகாக்க போர் செய்ய வேண்டும் என்பது இறைக் கட்டளை' என்றார்.

நான் கூறினேன், 'இறைநிராகரிப்பவர்களுக்கு (காஃபிர்கள்) எதிராகவும் நயவஞ்சகர்களுக்கு (முனாஃபிக்குகள்) எதிராகவும் யுத்தம் செய்ய இறைவன் கட்டளையிட்ட பின்பும் இறைத்தூதர் ஏன் முனாஃபிக்குகளுக்கு எதிராக யுத்தம் செய்யவில்லை?'

அதற்கு அவர், 'இறைத்தூதர் தங்களின் வாதத்தின் மூலமாக அவர்களுடன் யுத்தம் செய்தார்' என்றார். (இதைக் கேட்டதும் எனக்கு மகிழ்ச்சியாக இருந்தது. முஹம்மது நஜ்தி எனது வலையில் விழுந்துவிட்டார் என்பதை உறுதிப்படுத்திக்கொண்டு) அவரிடம் 'இறைத்தூதர் எதிரிகளுடன் தற்காப்பு யுத்தம்தான் செய்தார்கள். காஃபிர்களைக் கொல்ல வேண்டும் என்பது அவர்களின் நோக்கமாக இருக்கவில்லை' என்றேன்.

இதைக் கேட்டுவிட்டு முஹம்மது நஜ்தி நான் கூறிய கருத்தை ஆமோதிக்கும் விதமாகத் தலையை ஆட்டினார். மற்றொரு தருணத்தில் நான் அவரிடம் *முஅத்தா*³ திருமணம் அனுமதிக்கப் பட்டது என்று கூறினேன். அதை அவர் மறுத்தார். நான் கூறினேன், இறைவன் கூறுகிறான்:

மேலும், பிறருக்கு மனைவியராக இருக்கின்றவர்களும்

---

³ முஅத்தா திருமணம் என்ற ஒரு நடைமுறை இஸ்லாமியச் சட்டத்தில் இல்லை. இந்தப் பழக்கம் அரேபியர்கள் இஸ்லாத்தை ஏற்றுக்கொள்வதற்கு முன்பு இருந்த நடைமுறையாகும். இதை இஸ்லாத்தின் தொடக்கத்தில் நபிகளார் தடை செய்ய வில்லை. பிற்காலத்தில் இறைக்கட்டளையின் அடிப்படையில் தடைசெய்தார். (மொ-ர்)

(உங்களுக்குத் தடுக்கப்பட்டுள்ளனர். ஆனால் போரில்) உங்கள் கைவசம் வந்துவிட்ட பெண்கள் விதிவிலக்கானவர்கள். இது இறைச் சட்டமாகும். இதைப் பின்பற்றுவது உங்கள் மீது கடமையாக்கப்பட்டுள்ளது. இவர்களைத் தவிர மற்றப் பெண் களை உங்கள் செல்வத்தின் வாயிலாக (மஹர் கொடுத்து) அடைந்து கொள்வது உங்களுக்கு அனுமதிக்கப்பட்டுள்ளது. (ஆனால் இந்த நிபந்தனையுடன்) திருமண வரையறைக்குள் நீங்கள் அவர்களைக் கொண்டு வந்துவிட வேண்டும். அவர் களுடன் நீங்கள் தகாத உறவில் ஈடுபடக் கூடாது. நீங்கள் அவர்களிடம் அனுபவித்த இன்ப சுகத்திற்குப் பதிலாக அவர் களின் மஹ்ரைக் கட்டாயம் கொடுத்துவிடுங்கள். (குர்ஆன் 4:24)

அதற்கு நஜ்தி, 'நபித்தோழர் உமர் ஆட்சியில் இருக்கும் போது முஅத்தா திருமணம் தொடர்பாக பொதுமக்களுக்கு எச்சரிக்கை விடுத்திருந்தார்' என்றார். உடனே நான், 'இறைவனின் தூதர் அனுமதித்ததை உமர் எப்படித் தடுக்க முடியும்? நீங்கள் ஏன் இறைத்தூதரின் வார்த்தையை விடுத்து உமரின் வார்த்தையைப் பின்பற்ற வேண்டும்?' என்றேன்.

அவரால் பதில் கூற முடியவில்லை. நான் கூறிய கருத்திற்கு அவர் இணங்கிவிட்டார் என்பதையே அவருடைய மௌனம் எனக்கு உணர்த்தியது. பின்பு ஒருநாள் அவருடன் 'மது அருந்துவது ஹராம் (தடுக்கப்பட்டது) அல்ல' எனக்கூறி நீண்ட நேரம் விவாதம் செய்தேன். அவர் மது அருந்துவது ஹராம்தான் என்பதற்குப் பல்வேறு குர்ஆன் வசனங்களையும் நபிமொழிகளையும் ஆதார மாகக் கூறினார். நான் அவர் கூறிய அனைத்து வாதங்களையும் புறந்தள்ளிவிட்டுக் கூறினேன், 'யஜீத், உமைய்யா, அப்பாஸி கலீஃபாக்கள் மது அருந்தியிருக்கிறார்கள். அவர்கள் எல்லோரும் தவறான வழியில் இருக்கிறார்கள்; நீங்கள் மட்டும்தான் நேரான வழியில் இருக்கிறீர்களா? உங்களைவிட குர்ஆனையும் நபிமொழி களையும் அவர்கள் தெரிந்து வைத்திருக்கிறார்கள். அவர்கள் மது அருந்துவது குர்ஆன் நபிமொழி அடிப்படையில் மக்ரூஹ் (தடுக்கப் படவில்லை ஆனால் தவிர்த்திருந்தால் நல்லது) தானே தவிர ஹராம் என்று கூறவில்லை. யூத, கிறிஸ்துவ வேதங்களில் மது அருந்த அனுமதி அளிக்கப் பட்டுள்ளது. அனைத்து வேதங்களிலும் இறை வாக்குகள்தான் உள்ளன. இறைத்தூதரின் உற்றதோழரான உமர் குர்ஆனில் அவற்றை (மதுவை) விட்டும் நீங்கள் விலகிக்

கொள்வீர்களா? என இறைக்கட்டளை வரும்வரை மது அருந்து பவராகவே இருந்தார். மது ஹராமாக இருந்தால் இறைத்தூதர் அதிலிருந்து அவரை விலக்கியிருப்பார். இறைத்தூதர் அவரைக் கண்டிக்காததினால் மது அருந்துவது தவறில்லை என்பதாகவே எடுத்துக்கொள்ள வேண்டும்.'

முஹம்மது நஜ்தி, 'உமர் மதுவின் போதையைத் தண்ணீரினால் குறைத்து விட்டுத்தான் அருந்தினார். ஆகையால் போதையில்லாத மது ஹராம் இல்லை. உமரின் செயல்பாடு சரியானதுதான்' என்றார். முஹம்மது நஜ்தை எனது வழிக்குத் திருப்பிவிட்டேன்.[4]

ஒருமுறை காமன்வெல்த் அமைச்சர் கூறியதுதான் என் நினைவுக்கு வருகிறது. அவர் கூறினார், 'ஸ்பெயினை நாம் முஸ்லிம்களிடமிருந்து கைப்பற்றியது மது மற்றும் விபச்சாரத் தினால்தான். நாம் விட்ட அனைத்துப் பிரதேசங்களையும் மீட்க வேண்டும் என்றால் இந்த இரண்டும்தான் சிறந்த ஆயுதம்' என்றார். எனக்கு இப்போதுதான் புரிகிறது, அவருடைய வார்த்தைகள் எவ்வளவு உண்மையானவை என்று.

மற்றொருமுறை முஹம்மது நஜ்தியிடம் முஸ்லிம்களுக்கு விதிக்கப்பட்ட ஐந்து கடமைகளில் ஒன்றான நோன்பு தொடர் பாகப் பேசத் தெடங்கினேன். குர்ஆனில் நோன்பு குறித்து இறைவன் கூறும் போது நோன்பு உங்களுக்கு அதிக இறையச்சத்தை உருவாக்கும் என்று கூறுகிறான். நோன்பு கட்டாயக் கடமை *(ஃபர்ள்)* என்று அதில் கூறவில்லை. அப்படியானால் நோன்பு நபிவழி *(சுன்னத்து)* தானே தவிர ஃபர்ள் அல்ல. நான் கூறியதும் அவர் உடனடியாக மறுக்க ஆரம்பித்தார். 'நீங்கள் என்னுடைய நம்பிக்கையை *(ஈமான்)* சீர்குலைக்க முயலுகிறீர்கள்' என்று கூறினார். பின்பு எங்களுக் கிடையே நோன்பு குறித்து நீண்ட விவாதம் நடந்தது. அதில் நோன்பு குறித்த சந்தேகங்களை அவருடைய மனதில் ஓரளவுக்காவது உருவாக்க என்னால் முடிந்தது.

ஒரு தடவை நான் அவரிடம் 'ஐவேளை தொழுகை ஃபர்ள் அல்ல' என்று கூறினேன். இறைவன் தொழுகை குறித்து குர்ஆனில் கூறும்போது என்னை நினைவுகூருவதற்காக தொழுங்கள் என்று கூறுகிறான். அப்படியென்றால் தொழுகையின் நோக்கம்

[4] உமர் மது அருந்தியது இஸ்லாத்தில் மது தடைசெய்யப்படுவதற்கு முந்தைய நிகழ்ச்சிகள் ஆகும். (மொ-ர்)

இறைவனை நினைவுகூருவதுதான். ஆகையால் தொழாமல்கூட இறைவனை நினைவுகூர முடியும் என்றேன். அதற்கு அவர், 'நீங்கள் கூறுவது சரிதான்; சில மக்கள் தொழுகைக்குப் பதிலாக திக்ருகள் (வார்த்தைகளால் இறைவனைப் புகழுவது) மூலமாக இறைவனை நினைவுகூர்கிறார்கள் என்பதைக் கேள்விப்பட்டிருக்கிறேன்' என்றார். அவருடைய இந்த வார்த்தைகள் என்னைக் குதூகலப்படுத்தின.

இந்தக் கருத்தை அவருடைய உள்ளத்தில் பதியச் செய்ய நான் கடும் சிரத்தை எடுத்துக் கொண்டேன். நள்ளிரவுவரை அவருடன் இஸ்லாமிய உட்கோட்பாடுகள் குறித்து தேவையில்லாமல் விவாதித்துக் கொண்டே இருந்தேன். இது அவரைக் காலை நேரத் தொழுகையை பலவீனப்படுத்த உதவியது.

அவரை மேலும் குழப்பத்தில் மூழ்கடிக்க ஒரு முறை நான் அவருடன் இறைத்தூதர் குறித்த சந்தேகத்தை அவரின் உள்ளத்தில் ஏற்படுத்துவதற்காக விவாதத்தில் ஈடுபட விரும்பினேன். அத்தருணத்தில் அவர் படாரெனக் கூறினார்: 'இறைத்தூதர் தொடர்பாக நீங்கள் என்னிடம் தர்க்கம் செய்தால் நமது நட்பு இந்த நிமிடம் முதற் கொண்டு முடிவுக்கு வந்துவிடும்!' இதைத் தொடர்ந்து இறைத்தூதர் தொடர்பாக அவரிடம் விவாதிப்பதை நிறுத்திவிட்டேன். இதனால் எனது அனைத்து முயற்சிகளும் பாழடைந்து விடுமோ என நான் அஞ்சினேன்.

இஸ்லாத்தில் ஒரு பிரிவை உருவாக்குவதற்காக நான் அவரிடம் சன்னி ஷியாக்களைவிட வித்தியாசமான கொள்கை வைத்திருக்க வேண்டும் என நான் அறிவுரை கூறினேன். இந்தத் திட்டம் குறித்து தானும் ஆலோசித்துக்கொண்டிருப்பதாக அவர் கூறினார். நான் அவருடன் தங்குவதற்கு ஒரு வாய்ப்பு கிடைத்தது. அத்தருணத்தில் நான் அவரிடம் கூறினேன், 'இறைத்தூதர் தமது தோழர்களை ஒருவருக்கொருவர் சகோதரர்களாக ஆக்கி வைத்தார் என நான் கேள்விப்பட்டிருக்கிறேன். இது உண்மையா?' - மார்க்க விசயத்தில் முஹம்மது நஜ்தியிடம் சந்தேகம் கேட்பது அவருக்கு மிகவும் பிடித்தமான ஒன்று. அதனால்தான் எனக்கு இது தெரிந்த விஷயம் தான் என்றாலும் தெரியாத விஷயம் போன்று அவரிடம் கேட்டேன். அதற்கு அவர், 'ஆமாம்' என்று பதில் கூறினார். 'இந்த இஸ்லாமிய ஆட்சி தற்காலிகமானதா? அல்லது நிரந்தரமானதா?' என்று நான் அவரிடம் கேட்டேன். அதற்கு அவர் 'நிரந்தரமானது

தான். இறைத்தூதர் ஹலால் ஆக்கியதுதான் ஹலால். அதேபோன்று இறைத்தூதர் ஹராம் ஆக்கியதுதான் ஹராம். இது யுக முடிவுவரை தொடரும்' என்றார். அப்போது நான் அவரிடம் கூறினேன், 'உங்களை நான் எனது சகோதரனாகத் தேர்ந்தெடுத்துக் கொள்கிறேன். நாம் சகோதரர்கள்' என்றேன். (அவரை நான் எப்படிக் குழப்பினாலும் இஸ்லாம் குறித்து அவருக்கென்று ஒரு தெளிவான பார்வை உள்ளது. நான் அவரைவிட்டுப் பிரிந்தால் அவர் அந்தக் கொள்கையின் பக்கம் மீண்டு விடுவார் என்பதால் அவர் என்னை விட்டுப் பிரியக்கூடாது என்பதற்காகத்தான் இந்தச் சகோதர சென்டிமென்ட்.)

இந்தத் தருணம் முதற்கொண்டு நான் அவரைத் தனியாக விட்டதில்லை. அவருடைய பயணத்தின் போதுகூட நான் அவருடனே இருந்தேன். அவர் எனக்கு முக்கியமானவராக இருந்தார். நான் ஒரு தாவரத்தின் விதையை மண்ணில் புதைத்தேன். அது தற்போது வளருகிறது. எனது வாலிப வாழ்க்கையின் முக்கிய நாட்களை இதற்காகச் செலவு செய்தேன். தற்போது அது கனிகளைக் கொடுக்கத் தொடங்கியிருக்கிறது.

நான் லண்டனில் உள்ள எங்களின் தலைமையகத்துக்கு மாதம் தோறும் அறிக்கைகளை அனுப்பிக்கொண்டே இருந்தேன். அங்கிருந்து என்னை மேலும் உற்சாகப்படுத்தும் விதமாக பதில் வந்துகொண்டிருந்தது. இதனால் நான் அதீத உற்சாகம் அடைந்தேன். முஹம்மது நஜ்தி எந்த வழியில் பயணிக்க வேண்டும் என நான் அவருக்கு அறிவுரை கூறிக்கொண்டிருந்தேன்.

எனது வேலை அவருடைய உள்ளத்தில் விடுதலையையும் யாருக்கும் பயப்படாத சுதந்திர உணர்வையும் சந்தேக உணர்வையும் ஊன்றச் செய்வதுதான். நான் அடிக்கடி அவரிடம் பிரகாசமான எதிர்காலம் இருப்பதாகப் புகழ்ந்துகொண்டே இருந்தேன்.

நான் ஒரு நாள் கனவு கண்டதாகக் கூறி ஒரு பொய்யான கனவை அவரிடம் கூறினேன். நேற்று இரவு நான் இறைத்தூதரைக் கனவில் கண்டேன். அவரைச் சுற்றி ஏராளமான அறிஞர்கள் நின்றுகொண்டிருந்தார்கள். அவர்கள் யார் என எனக்குத் தெரியவில்லை. அப்போது நீங்கள் உள்ளே நுழைந்தீர்கள். உங்களின் முகம் மிகவும் பிரகாசமாக இருந்தது. நீங்கள் இறைத்தூதரை நோக்கி வந்துகொண்டிருந்தீர்கள். இறைத்தூதரின் அருகே நீங்கள் வந்தபோது

இறைத்தூதர் எழுந்திருந்து உங்களின் இருகண்களிலும் முத்தம் கொடுத்தார். பின்பு இறைத்தூதர் கூறினார்: 'நீ எனது பெயருக்கு உரியவன், எனது அறிவின் வாரிசு. உலக, மத விவகாரங்களில் நீதான் எனது உதவியாளன்.' அப்போது நீங்கள் கூறினீர்கள்: 'இறைவனின் தூதரே, நான் எனக்குத் தெரிந்த அறிவை மக்களிடம் தெரிவிக்க பயப்படுகிறேன்.' உடனே இறைத்தூதர் கூறினார்: 'நீ மிகச்சிறந்த மனிதன்; பயப்படாதே!' என்றார்.

நான் அவிழ்த்துவிட்ட புருடாவைக் கேட்ட பொழுது முஹம்மது நஜ்தி மிகவும் கர்வம்கொண்டு மகிழ்ச்சியடைந்தார். என்னிடம் பலமுறை 'நீங்கள் கூறியது உண்மைதானா?' என்று கேட்டார். நானும் அவர் கேட்கும் போதெல்லாம் 'ஆமாம்' என்று பதில் அளித்தேன். இறுதியாக நான் கூறிய புருடாவை அவர் முழுமையாக நம்பினார். அதன்பிறகு இஸ்லாமியர்களிடையே பிளவை ஏற்படுத்துவதற்காக ஒரு புதிய கொள்கையுடன் கூடிய பிரிவை உருவாக்க நான் அவரை உசுப்பிவிட்டேன்.

5

நஜ்பில் செய்த சூழ்ச்சிகள்

முஹம்மது நஜ்திக்கும் எனக்கும் நெருங்கிய நட்பு அதிகரித்துக் கொண்டிருந்த தருணத்தில் நான் உடனடியாகப் புகழ்பெற்ற ஷியாக் களின் ஆன்மிக நகரங்களான கர்பலா, நஜப் ஆகிய பகுதிகளுக்குச் செல்ல லண்டனில் இருந்து உத்தரவு வந்தது. இந்த உத்தரவைத் தொடர்ந்து நஜ்தியுடனான எனது நட்பை முறித்துக்கொண்டு பஸ்ராவில் இருந்து கிளம்பினேன். நான் திடீரெனக் கிளம்ப வேண்டி இருந்தாலும் எனக்கு மகிழ்ச்சியாகத்தான் இருந்தது: ஏனென்றால் நஜ்தி மூலமாக இஸ்லாத்தில் ஒரு புதிய பிரிவு உருவாக ஆரம்பித்தது. இந்தப் பிரிவு இஸ்லாத்திற்குள் இருந்துகொண்டே இஸ்லாத்தை அழிக்கும். மாறுபட்ட கருத்துகொண்ட இந்தப் புதிய பிரிவை உருவாக்கிய காரண கர்த்தா நான் என நினைக்கும்போது மகிழ்ச்சியாகத்தான் உள்ளது.

அலீ சன்னிகளின் நான்காவது கலீஃபா. ஷியாக்களின் முதல் கலீஃபா. அவர் நஜ்ப் நகரில் அடக்கம் செய்யப்பட்டுள்ளார். கலீஃபா அலீயின் தலைநகரமாக இருந்த கூபா நகரம் நஜ்பிலிருந்து ஒரு மணி நேர பயண தூரத்தில்தான் இருந்தது. அலீ கொலை செய்யப் பட்டபோது அவருடைய மகன்கள் ஹசன், ஹுஸைன் ஆகியோர் கூபாவின் புறநகர்ப் பகுதியில் அவரை அடக்கம் செய்தனர். அந்த இடம்தான் நஜ்ப் என்று தற்போது அழைக்கப்படுகிறது.

நஜ்ப் சிறிது சிறிதாக வளர ஆரம்பித்த போது கூபா படிப்படியாக வீழ்ச்சியைச் சந்தித்தது. ஷியாக்கள் அதிகமாக நஜ்ப் பகுதியில் குடியேற ஆரம்பித்தார்கள். வீடுகள், சந்தைகள், இஸ்லாமியப் பள்ளிக்கூடங்கள் மற்றும் பல்கலைக்கழகங்களை அமைத்தார்கள். இஸ்தான்புல் கலீஃபா ஷியாக்களிடம் தாராள தன்மையுடன் நடந்து கொண்டதற்குப் பல்வேறு காரணங்கள் கூறப்படுகின்றன. முதலாவதாக ஈரானில் உள்ள ஷியா அரசிற்கு ஷியாக்கள் முழுமையாகக் கட்டுப் பட்டு வந்தனர். கலீஃபா அவர்களுடைய உள்விவகாரத்தில்

தலையிட்டால் இரு பேரரசுகளிடையே போர் மூளும் அபாய சூழ்நிலை இருந்தது. இது எதிரிகளுக்கு சாதகமாக அமைந்து விடக்கூடாது என்பதில் கலீஃபா உறுதியாக இருந்தார். இரண்டாவ தாக நஜ்ப்வாசிகள் உட்பட பல்வேறு பழங்குடியின ஆயுத குழுக்கள் ஷியாக்களுக்கு ஆதரவாக இருந்தனர். அவர்களிடம் பலமான ஆயுதங்களோ இயக்க ரீதியான கட்டமைப்போ இல்லையென்றாலும் அவர்களுடன் பிரச்சினையில் ஈடுபடுவது பின்விளைவை ஏற்படுத்தும் என்று கலீஃபா நினைத்திருந்தார்.

மூன்றாவதாக, நஜ்ப் பிரதேசத்தில் உள்ள ஷியாக்களின் ஆதிக்கம் உலகத்தில் உள்ள அனைத்து ஷியாக்கள் மீதும் இருந்தது. குறிப்பாக ஆப்ரிக்கா, இந்தியா போன்ற பகுதிகளிலும் ஷியாக்கள் பலமாக இருந்தனர். ஷியாக்களுக்கு கலீஃபா தொந்தரவு கொடுத் தால் அனைத்துப் பகுதிகளிலும் கொந்தளிப்பு ஏற்படும் சூழ்நிலை இருந்தது. இதனால் அவர்களுடனான மோதல் போக்கை கலீஃபா தவிர்த்தே வந்தார்.

ஹுஸைன் இப்னு அலீ, இறைத்தூதரின் பேரன் ஆவார். அதாவது அவருடைய மகளான பாத்திமாவின் மகன். இவர் கர்பலாவில் கொல்லப்பட்டார். இதற்கான காரணம், இராக்கிய மக்கள் மதீனாவிற்கு சென்று ஹுஸைனைச் சந்தித்து இராக்கிய மக்கள் உங்களைக் கலீஃபாவாகத் தேர்ந்தெடுத்துள்ளதாகக் கூறினர். இதைத் தொடர்ந்து ஹுஸைனும் அவருடைய குடும்பத் தாரும் கர்பலா என்ற இடத்திற்கு வந்த போதுதான் இராக்கியர் களின் வஞ்சகம் அவருக்குப் புரிந்தது. டமாஸ்கஸிலுள்ள உமைய்யா கிலாஃபத்தின் கலீஃபா யஜீத் இப்னு முஆவியாவின் உத்தரவு படிதான் இராக்கியர்கள் அவரைக் கைது செய்வதற்காக நயவஞ்சக மாக அழைத்து வந்தனர். ஹுஸைனும் அவருடைய குடும்பத்தாரும் இராக்கிய இராணுவத்திற்கு எதிராகக் கடுமையாக சண்டை யிட்டனர். இந்தச் சண்டையில் ஹுஸைனும் அவருடைய குடும்பத்தார்களும் மடிந்தனர். இராக் இராணுவம் வெற்றி பெற்றது. இந்த நாள் முதற்கொண்டு ஷியாக்கள் கர்பலாவைப் புனித பூமியாக கருத ஆரம்பித்தார்கள். உலகமெங்கும் உள்ள ஷியாக்கள் இங்கு அதிகமாக வருகிறார்கள். இது கிறிஸ்தவர்களாகிய எங்களுக்கு எரிச்சல் ஊட்டுவதாகத்தான் இருந்தது.

கர்பலா ஷியாக்களின் நகரம். இங்கு ஏராளமான ஷியா பாட சாலைகள் உள்ளன. இங்குள்ளவர்களும் நஜ்பில் உள்ளவர்களும்

ஒருவருக்கொருவர் உதவியாக உள்ளனர். இந்த இரு நகரங்களுக்கும் போகவேண்டும் என்று எனக்குத் தலைமையிடமிருந்து உத்தரவு வந்ததும் பஸ்ராவில் இருந்து கிளம்பி பாக்தாத் சென்றேன். அங்கிருந்து யூப்ரட்டீஸ் நதியின் கரையில் இருந்த உல்லா நகருக்குச் சென்றேன்.

டைகரீஸ், யூப்ரடீஸ் நதிகள் துருக்கியிலிருந்து இராக் வழியாகச் சென்று பாரசீக வளைகுடாவில் கலக்கின்றன. இந்த இரு நதிகளின் நீர் ஆதாரத்தை வைத்துதான் இராக்கின் விவசாயமும் வளமும் அமைந்திருந்தன. நான் ஒருமுறை லண்டன் திரும்பிய போது இராக்கை நமது கட்டளைகளுக்குப் பணிய வைக்க இந்த இரு நதிகளின் வழித்தடங்களை மாற்றி இராக்கிற்குத் தண்ணீர் கிடைக்காமல் இருக்க ஒரு புதிய திட்டத்தைத் தயாரிக்க வேண்டும் என்று காமன்வெல்த் அமைச்சகத்திடம் ஆலோசனை கூறினேன். இந்த நதியைத் துண்டிக்கும்போது இராக்கியர்கள் நமது கட்டளை களுக்கு கட்டாயம் பணிவார்கள் என்று கூறினேன்.

அஸர்பெய்ஜானைச் சேர்ந்த வியாபாரி என்று கூறிக்கொண்டு உல்லாவிலிருந்து நஜ்பிற்கு பயணம் ஆனேன். ஷியாக்களை வழிகெடுப்பதற்காக எனது நட்பு வட்டத்தை ஷியாக்களுடன் விரிவுபடுத்தத் தொடங்கினேன். ஷியாக்களின் மார்க்கத் தீர்ப்பு வழங்கும் உலமாக்கள் கூட்டத்தில் என்னை நான் இணைத்துக் கொண்டேன். ஷியாக்கள் சன்னிகளைப் போன்று நவீன கல்வியைப் பயிலுவதில் நாட்டம் இல்லாதவர்களாக இருந்தார்கள். மேலும் சன்னிகளைப் போன்று நாகரிகமான பழக்கவழக்கங்களும் இவர் களுக்கு இருக்கவில்லை. உதாரணமாக, அவர்கள் தமக்கு எதிரான கொள்கை உள்ளவர்களுடன் கடுமையான வஞ்சகத்துடனே இருந்தார்கள். அவர்கள் சன்னிகளை முஸ்லிம்களாகவே ஏற்றுக் கொள்ளவில்லை.

மேலும், ஷியா அறிஞர்கள் தங்களை மத விவகாரங்களுடன் மட்டும் சுருக்கிக்கொண்டார்கள். உலக விவகாரங்கள்மீது விருப்பம் இல்லாமல் இருந்தார்கள். எங்களுடைய வரலாற்றில் அருட்தந்தையர் எப்படி இருந்தார்களோ அப்படியே இவர்களும் இருந்தார்கள். இஸ்லாமியக் கருத்தியலின் உட்கருத்து மற்றும் இஸ்லாமிய அமைப்பின் உயர்ந்த மாண்புகள் குறித்த அறிவு அவர்களுக்குப் போதுமான அளவு இல்லை. நவீன அறிவியலுக்கும் இஸ்லாத்துக்கும் உள்ள தொடர்பு குறித்த சிறிய அளவிலான அறிவுகூட அவர்களுக்கு இருக்கவில்லை.

இவர்கள் எவ்வளவு பலவீனமான நிலையில் இருக்கிறார்கள் என்று நான் எனக்குள்ளேயே அடிக்கடி கூறிக்கொள்வது உண்டு. உலகமே முழித்துக்கொண்டிருக்கும் போது இவர்கள் குறட்டை போட்டுத் தூங்குகிறார்கள். ஒரு நாள் கடும் வெள்ளப்பெருக்கில் இவர்கள் ஒட்டுமொத்தமாக அடித்துச் செல்லப்படுவார்கள். பலமுறை அவர்களைக் கலீஃபாவுக்கு எதிராகப் புரட்சி செய்ய வைக்க முயன்றிருக்கிறேன். வாய்ப்புக்கேடாக யாரும் என்னைத் திரும்பிக்கூட பார்க்கவில்லை. அவர்கள் கலீஃபாவின் அரணைக் கைப்பற்றவே முடியாது என்று நினைத்துக் கொண்டிருந்தார்கள். இந்தக் கலீஃபாவை முறியடித்து உண்மையான இஸ்லாமிய ஆட்சியை நிலைநாட்ட இறைத்தூதரால் வாக்களிக்கபட்ட மஹதி என்ற மனிதர் வருவார் என்பதில்தான் அவர்களுக்கு உறுதியான நம்பிக்கை இருந்தது.

அவர்களைப் பொறுத்தவரை மஹதி 12வது இமாம். அவர் இறைத்தூதரின் வழித்தோன்றல். ஹிஜிரி 255ஆம் ஆண்டு அவர் மறைந்து விட்டார். ஷியாக்கள் மஹதி உயிருடன் இருப்பதாகவே நம்புகிறார்கள். ஒரு நாள் மீண்டும் வந்து கொடூரமான அநீதி யான இந்த உலகை மீட்டு நீதியை நிலை நாட்டுவார் என்ற நம்பிக்கையில் அவர்கள் உறுதியாக இருந்தார்கள்.

இது எனக்கு ஆச்சரியமாகவே உள்ளது. இந்த ஷியா மக்களிடம் இந்த மூடநம்பிக்கை எப்படி வந்தது? இந்தக் கோட்பாடு நாங்கள் ஏசுபிரான் மீண்டும் உலகத்திற்கு வந்து உலகத்தில் நீதியை நிலை நிறுத்துவார் என்ற நம்பிக்கையை ஒத்திருந்தது.

ஒருதடவை ஷியா பிரிவைச் சேர்ந்த ஒருவரிடம் கூறினேன், ‘இறைத்தூதர் செய்ததைப் போன்று அநீதிகளைத் தடுப்பது ஃபர்ள் அல்லவா?’ என்றேன். அதற்கு அவர், ‘அநீதியைத் தடுப்பதற்கு இறைத்தூதருக்கு இறைவன் உதவிசெய்தான்’ என்றார். நான் கூறினேன், ‘யார் இறைவனுக்கு உதவி செய்கிறார்களோ அவர் களுக்கு இறைவன் உதவி செய்கிறான் என்று குர்ஆனில் கூறப் பட்டிருக்கிறதே. உங்களுடைய ஷா மன்னர்களின் அடக்கு முறைக்கு எதிராகப் புரட்சி செய்தால், இறைவன் உங்களுக்கு உதவி செய்வான்’ என்றேன். அதற்கு அவர் ‘நீங்கள் ஒரு வியாபாரி. இது ஒரு அறிவுபூர்வமான விஷயம். இதை உங்களால் புரிந்து கொள்ள முடியாது’ என்று அவர் கூறியது எனக்கு வியப்பாகவே இருந்தது.

அமீருல் முஃமினீன் அலீயின் (நம்பிக்கையாளர்களின் தலைவர் அலீ) கல்லறை மிகவும் அழகாக வடிவமைக்கப்பட்டிருந்தது. அழகான முற்றமும் தங்கம் பொதிந்த டூமும் இரண்டு மிகப்பெரிய மினாராக்களாலும் அது அமைக்கப் பட்டிருந்தது. ஒவ்வொரு நாளும் ஆயிரக்கணக்கான ஷியாக்கள் இங்கு வருகை தந்துகொண் டிருந்தனர். அதன் உள்ளே தொழுகைக்கான இடமும் இருந்தது. ஒவ்வொரு பயணியும் இங்கு வந்தவுடன் வாசல் பகுதியை முத்தமிட்டுவிட்டுக் கல்லறைக்குச் சென்று முகமன் கூறுவார்கள். அந்தக் கல்லறைப் பகுதி மிகப்பெரிய முற்றத்தைக் கொண்டது. அங்கு வருகின்ற ஆயிரக்கணக்கான பயணிகள் தங்கிக்கொள் வதற்கு ஏதுவாக ஏராளமான அறைகள் கட்டப்பட்டு உள்ளன.

கர்பலாவில் இதே போன்று இரண்டு கல்லறைகள் உள்ளன. அவற்றில் ஒன்று ஹுஸைன் உடையது. மற்றொன்று அலீயின் சகோதரர் அப்பாஸ் உடையது. அவரும் கர்பலாவில் ஹுஸைனுடன் கொல்லப்பட்டார். ஷியாக்கள் நஜ்பில் அலீயின் கல்லறைப் பகுதியில் கடைப்பிடிக்கும் சடங்குகளைக் கர்பலாவிலும் பின்பற்றினார்கள். கர்பலாவின் சூழ்நிலை நஜ்பைவிட நன்றாக இருந்தது. கர்பலாவைச் சுற்றி பழத்தோட்டங்கள், அழகிய நீரோடைகள் இருந்தன.

இராக்கில் நான் வேலை செய்துகொண்டிருந்த போது சந்தித்த பல்வேறு நிகழ்வுகள் எனது இதயத்திற்கு இதம் அளிப்பதாக இருந்தது. சில நிகழ்வுகள் உஸ்மானியப் பேரரசின் வீழ்ச்சி குறித்து கட்டியம் கூறுவதாக இருந்தன. அதில் ஒரு நிகழ்வைத்தான் பின்வரும் சில பத்திகளில் குறிப்பிட விரும்புகிறேன்.

இஸ்தான்புல் நிர்வாகத்தால் நியமிக்கப்பட்ட ஆளுநர் கல்வி அறிவு அற்றவராகவும் கொடூரமான மனிதராகவும் இருந்தார். அவர் தமது மனம்போன போக்கில் செயல்பட்டுக் கொண் டிருந்தார். மக்கள் அவரை விரும்பவில்லை. சன்னிகளுடைய சுதந்திரத்தில் தலையிடுவதாகவும் சன்னிகளை அவர் மதிப்பதில்லை என்றும் கூறி சன்னிகள் அவர்மீது கடும் வெறுப்பில் இருந்தனர். துருக்கியர் வம்சத்தைச் சேர்ந்தவர் ஷியாக்களை ஆட்சி செய்வதை ஷியாக்களும் விரும்பவில்லை. அவர்களைப் பொறுத்தவரை ஹுஸைனின் வழித்தோன்றல்களான செய்யிதிகளும் ஹஸனின் வழித்தோன்றல்களான ஷெரீப்களும்தான் அரசு பதவியில் இருப்பதற்குப் பொருத்தமானவர்கள் என்று கருதிக்கொண் டிருந்தார்கள்.

இவரின் ஆட்சியின் கீழ் ஷியாக்களின் நிலைமை மிகவும் மோசமானதாக இருந்தது. அவர்கள் சுகாதாரமே இல்லாத பகுதிகளில் வசித்து வந்தார்கள். அவர்களின் பயணப்பாதைகள் பாதுகாப்பு அற்றவையாக இருந்தன. வழிப்பறிக் கொள்ளையர் களின் அட்டகாசம் மிகுந்த பகுதியாக இருந்தது. இந்தக் கொள்ளையர்கள் வணிகக் கூட்டத்துடன் அரசு பாதுகாவலர்கள் வரவில்லை என்று தெரிந்துகொண்டால் உடனே தாக்கத் தொடங்குவார்கள். இதனால் வணிகக் கூட்டமோ, பயணக் கூட்டமோ பாதுகாவலர்கள் இல்லாமல் வெளியே செல்ல முடியாத சூழ்நிலை ஏற்பட்டிருந்தது.

ஷியா பழங்குடியின மக்கள் மாறிமாறி மோதிக்கொள்ளும் சண்டை விரும்பிகளாகவே இருந்தார்கள். தினமும் யாரையாவது கொலை செய்து கொள்ளையடிக்கும் காட்டுமிராண்டிகளாகவே இருந்தனர். அறியாமையும் மூடநம்பிக்கையும் அவர்களிடையே பரவி இருந்தன. ஷியாக்களின் இந்த நிலை ஐரோப்பியர்கள் கிறிஸ்தவ மதவாதிகளின் ஆதிக்கத்தின் கீழ் இருக்கும்போது ஏற்பட்டிருந்த நிலையை நினைவுபடுத்துவதாகவே உள்ளது. நஜப் மற்றும் கர்பலாவில் கல்வி அறிவு பெற்ற அறிஞர்கள் மிகவும் குறைந்த அளவில் இருந்தார்கள். ஆயிரம் பேருக்கு ஒருவர் என்ற விகிதத்தில்தான் எழுதப் படிக்கத் தெரிந்தவர்கள் இருந்தனர்.

அவர்களுடைய பொருளாதாரம் முழுமையாக நலிவடைந்து காணப்பட்டிருந்தது. மக்களிடையே வறுமை கோலோச்சியது. இதனால் வெறுப்படைந்த ஷியாக்கள் அரசுக்கு எதிரான சதி வேலைகளிலும் ஈடுபட்டுக்கொண்டிருந்தனர். அரசும் மக்களும் ஒருவருக்கொருவர் சந்தேக உணர்வுடனே இருந்தனர். இதனால் பரஸ்பர ஒத்தாசை இல்லை. ஷியா மத அறிஞர்கள் சன்னிகளை வசைபாடுவதிலேயே காலத்தைக் கழித்துக்கொண்டிருந்தனர். ஏற்கனவே அறிவு, வணிகம், மத, உலக வாழ்வியல் முறை மங்கிப் போன சூழ்நிலையில் இது குறித்த எந்தக் கவலையும் இல்லாமல் ஷியா அறிஞர்கள் சன்னிகளை வசைபாடுவதிலேயே காலத்தைக் கழித்துக் கொண்டிருந்தது மிகவும் வேடிக்கையாகவே இருந்தது.

நான் கர்பலாவிலும் நஜ்பிலும் நான்கு மாதங்கள் தங்கி இருந்தேன். நஜ்பில் இருக்கும்போது நோய் என்னைத் தாக்கியது. எனது நிலை மிகவும் மோசமானதாக இருந்தது. மூன்று வாரங்கள் வரை நோய் நீடித்திருந்தது. நோயின் காரணமாக ஒரு

மருத்துவரிடம் சென்றேன். அவர் சில மருந்துகளைத் தந்தார். அவற்றைப் பயன்படுத்த ஆரம்பித்ததும் நோய் குணமடைய தொடங்கியது. நான் நோயுற்றிருந்த காலத்தில் ஒரு பாதாள அறையில் தங்கியிருந்தேன். நான் நோயில் இருந்ததால் ஒருவர் எனக்கு மருந்துகளையும் உணவையும் தயார் செய்து தந்தார். இதற்கு ஒரு சிறிய தொகை மட்டுமே அவர் பெற்றுக்கொண்டார். எனக்கு உதவி செய்ததை அவர் பெரும் பாக்கியமாக நினைத்தார். அமீருல் முஃமினீன் அலீயின் விருந்தாளியாக நான் வந்திருந்ததாக கூறியதால் அவர் என்னை மிகவும் உபசரித்தார். அங்கு இருந்த போது அலீயின் கல்லறைக்கு வரும் பயணிகளிடம் அதிகமான நேரம் கலந்துரையாட முடிந்தது. முதலில் சில நாட்களுக்கு கோழியில் செய்யப்பட்ட கஞ்சி குடிக்க மருத்துவர் எனக்கு அறிவுரை கூறினார். பின்பு தாராளமாக கோழிக்கறி சாப்பிட அனுமதித்தார். மூன்றாவது வாரத்தில் அரிசிக் கஞ்சி குடித்தேன். நான் குணமடைந்த பின்பு பாக்தாத் செல்லத் தயாரானேன்.

போகிற வழியிலேயே நஜ்ப், உல்லா, பாக்தாத்தில் நான் பார்த்தவற்றை நூறுபக்க அறிக்கையாகத் தயார் செய்து பாக்தாத் சென்ற பிறகு காமன்வெல்த் அமைச்சகத்தின் பாக்தாத் பிரதிநிதி யிடம் சமர்ப்பித்தேன். பின்பு இராக்கில் தங்க வேண்டுமா அல்லது லண்டன் திரும்ப வேண்டுமா என்பது குறித்த அமைச்சகத்தின் உத்தரவிற்காகக் காத்திருந்தேன்.

நான் வெளிநாடுகளில் நீண்ட நாட்கள் தங்கிவிட்டதால் எனது சொந்த மண்ணையும், குடும்பத்தையும் பிரிந்ததில் மிகவும் கவலையுற்றிருந்தேன். இதனால் லண்டனுக்குத் திரும்புவதையே விரும்பினேன். குறிப்பாக எனது மகன் ரஸ்புதினைப் பார்க்க வேண்டும் என அதிகமாக விரும்பினேன். நான் அங்கிருந்து வந்த பிறகுதான் அவன் பிறந்தான். நான் லண்டனில் சிறிது நாளாவது தங்க அனுமதி கேட்டு அமைச்சகத்திற்கு 100 பக்க அறிக்கையுடன் ஒரு இணைப்புக் கடிதத்தையும் எழுதினேன். மேலும் எனது மூன்று வருட கால அனுபவங்களை நேரடியாக அமைச்சகத்திடம் எடுத்துரைக்கவும் சிறிது ஓய்வு எடுக்கவும் விருப்பம் தெரிவித் திருந்தேன்.

இராக் பிரதிநிதி, 'தன்னை அடிக்கடி வந்து சந்திக்க வேண்டாம்' என எனக்கு அறிவுரை கூறினார். மேலும், டைகரீஸ் நதிக் கரையிலுள்ள ஏதாவது ஒரு ஓட்டலில் அறை எடுத்துத் தங்கிக்

கொள்ளுமாறும் அமைச்சகத்திலிருந்து பதில் வந்தவுடன் நான் தொடர்பு கொள்கிறேன் என்றும் அவர் கூறினார். நான் பாக்தாத்தில் தங்கியிருந்த போது பாக்தாத்திற்கும் கிலாஃபத் மையம் கொண்டுள்ள இஸ்தான்புல் நகருக்கும் இடையே ஆன்மிக ரீதியான பெருத்த இடைவெளி இருப்பதை உணர முடிந்தது.

இதற்கு முன்னால் கர்பலாவுக்கும் நஜ்பிற்கும் செல்வதற்காக நான் பஸராவை விட்டுச் செல்லும் போது மிகவும் வருத்தமாகத்தான் இருந்தது. ஏனென்றால் முஹம்மது நஜ்தி நான் கற்றுக்கொடுத்த வழியிலிருந்து மாறிவிடுவாரோ என எனக்கு பயமாக இருந்தது. இதனால் நான் அவரை வைத்துக் கட்டிய கட்டடம் உடைந்துவிடுமோ என பயந்தேன். நான் அவரை விட்டுப் பிரியும் போது அவர் இஸ்தான்புல் செல்ல நினைத்துக் கொண்டிருந்தார். எனது மிகச்சிறந்த வேலையாக நான் கருதுவது அவரை எனது வழிக்குக் கொண்டு வந்ததுதான். அவர் இஸ்தான்புல்லிற்குச் செல்வதாகக் கூறியதும் நான் அவரிடம், 'நீங்கள் அங்கு சென்று பிரச்சாரம் செய்வது குறித்து எனக்கு மிகக் கவலையாக உள்ளது. அவர்கள் உங்களைக் குழப்பவாதி என்று கூறி கொலை செய்யக்கூடும்' என்றேன்.

ஆனால், எனது உண்மையான கவலை வேறாகத்தான் இருந்தது. இவர் அங்கு சென்றால் இவருடைய தவறான எண்ணங்களை அங்குள்ள மார்க்க அறிஞர்கள் மாற்றி இவரைத் தெளிவான கோட்பாட்டுக்குள் கொண்டு செல்ல வாய்ப்பு உள்ளது. இதனால் எனது கனவு தகர்ந்து போகக்கூடிய சூழ்நிலை ஏற்படும். எனது பயத்திற்கு முக்கிய காரணம் இஸ்தான்புல் நகர மக்கள் அறிவு மற்றும் இஸ்லாத்தின் அழகிய ஒழுக்கவியல் கோட்பாடுகளை அப்படியே பின்பற்றி வந்தனர்.

நஜ்தி பஸ்ராவைவிட்டுக் கிளம்ப விரும்புகிறார் என்பதை உணர்ந்த நான் அவரை இஸ்பகான், சிராஸ் போன்ற நகரங்களுக்குச் செல்லுமாறு அறிவுரை கூறினேன். இந்த இரு நகரங்களும் அழகாக இருக்கும். மேலும், அந்த நகரங்களில் வசிப்பவர்கள் ஷியாக்களாக இருந்தார்கள். ஷியாக்கள் நஜ்தியின் மனதை மாற்ற வாய்ப்பில்லை. ஷியாக்கள் இஸ்லாமிய அறிவிலும் கோட்பாடு களிலும் குறைமதி உடையவர்களாகவே இருந்தார்கள். அந்தப் பகுதிக்குச் சென்றால் நான் கற்பித்ததை அவர் மறக்கமாட்டார் என்று நினைத்தேன்.

நான் அத்தருணத்தில் அவரிடம், 'தக்கியாவில் உங்களுக்கு நம்பிக்கை இருக்கிறதா?' என்றேன். அதற்கு அவர் 'ஆமாம்' என்றார்.

'நம்பிக்கையற்றவர்கள் ஒரு நபித்தோழரைக் கைது செய்து சித்திரவதை செய்தனர். அவருடைய பெற்றோரைக் கொலை செய்தனர். உடனே அவர் தக்கியாவின் அடிப்படையில் இஸ்லாத்தை விட்டுவிடுவதாகப் பொய்யாகக் கூறினார். பின்பு இறைத்தூதரிடம் திரும்பிவந்து இதைக் கூறியபோது இறைத்தூதர் அவரை இகழவில்லை. இதை அடிப்படையாகக் கொண்டு நீங்கள் ஷியாக்கள் மத்தியில் வாழும்போது தக்கியாவைக் கடைப்பிடியுங்கள். அவர்களிடம் நீங்கள் ஒரு சன்னி என்று கூறிவிடாதீர்கள். அவர்களின் பகுதிகளையும் அறிஞர்களையும் உங்களின் கருத்தைப் பரப்ப பயன்படுத்திக்கொள்ளுங்கள்! அவர்களுடைய பழக்கவழக்கங்கள் கலாச்சாரங்களைப் படித்து அவர்களைப் போன்றே செயல்படுங்கள். அவர்கள் படிப்பறிவு அற்றவர்களாகவும் அடங்காப் பிடாரிகளாகவும் உள்ளனர்.'

நான் விடைபெறும்போது அவருக்கு சிறிதளவு பணத்தை ஜக்காத்தாகக் கொடுத்தேன். ஜக்காத் என்பது தேவையுள்ள மக்களுக்காகக் கொடுக்கப்படும் பணம். நமது பங்காக அவர் பயணம் செய்ய வாகனம் ஒன்றையும் பரிசாகக் கொடுத்தேன். நான் அவரைவிட்டுப் பிரிந்தது முதற்கொண்டு அவருடனான தொடர்பு முறிந்துவிட்டது. இது எனக்கு மிகவும் கடினமாக இருந்தது. நாங்கள் இருவரும் மீண்டும் சந்தித்துக்கொள்வதற்காக யார் முதலில் பஸ்ரா திரும்பினாலும் அப்துர் ரிதாவிடம் கடிதம் ஒன்றைக் கொடுக்க வேண்டும் என்று முடிவெடுத்துக்கொண்டு விடை பெற்றோம்.

6

இஸ்லாமிய நாடுகளைத் தகர்க்கும் இரகசிய ஆவணம்

நான் சில நாட்கள் பாக்தாத்தில் தங்கியிருந்தேன். பிறகு, லண்டனுக்கு வரவேண்டும் என்று உத்தரவு கடிதம் வந்ததும் லண்டன் புறப்பட்டுச் சென்றேன். லண்டனில் அமைச்சக செயலரிடமும் சில அதிகாரிகளிடமும் நான் செய்த வேலைகள் குறித்து கலந்துரை யாடினேன். எனது நீண்ட கால பணியின் செயல்பாடுகள் மற்றும் பார்வை குறித்து அவர்களிடம் பேசினேன். நான் இராக் குறித்து அவர்களிடம் கொடுத்த தகவலினால் அவர்கள் மகிழ்ச்சி அடைந்தனர். மேலும், நான் வேலையில் இருக்கும்போது அமைச்சகத்தின் பிற உளவாளிகள் என்னைப் பின்தொடர்ந்து கொண்டிருந்தார்கள் என்பதையும் என்னால் புரிய முடிந்தது. அவர்களின் அறிக்கையும் எனது அறிக்கையும் ஒத்திருந்தது.

அமைச்சரைப் பார்ப்பதற்கு செயலர் ஏற்பாடு செய்திருந்தார். ஏற்கனவே நான் முதன்முதலில் அமைச்சரைச் சந்தித்த போது அவர் என்னைக் கண்டுகொள்ளாமல் இருந்தார். ஆனால் இப்போது அவருக்கு என்னைக் குறித்த தாக்கம் அவருடைய இதயத்தில் ஏற்பட்டிருந்தது. நான் முஹம்மது நஜ்தியைக் கையாண்ட விதம் குறித்து அமைச்சர் மிகவும் மகிழ்ச்சியடைந்தார். நஜ்தி நமக்குக் கிடைத்த ஆயுதம் என்றும் அவருடைய இதயத்தைத் தடுமாறச் செய்ய நீ செலவழித்த அனைத்து நேரங்களும் நமக்குப் பயன் தரக்கூடியதுதான் என்றும் அவர் கூறினார்.

அதற்கு நான், முஹம்மது நஜ்தி மனமாற்றம் அடைந்து விடுவாரோ என நான் பயப்படுகிறேன் என்று கூறியதும் அமைச்சர், 'கவலைப் படாதே! நீ அவரை விட்டுப் பிரிந்தாலும் இந்தக் கருத்தியலை அவர் கைவிட மாட்டார். நமது உளவாளிகள் அவரை இஸ்பஹானில் வைத்து சந்தித்திருக்கிறார்கள். அவரிடம் எந்த மனமாற்றமும் ஏற்படவில்லை என அறிக்கை கொடுத்திருக்கிறார்கள்' என்றார்.

முஹம்மது நஜ்தி தெரியாத நபரிடம் எப்படி அவரைப் பற்றி இரகசியத்தைக் கூறியிருப்பார் என எனக்கு வியப்பாக இருந்தது. என்றாலும் அமைச்சரிடம் இந்தக் கேள்வியைக் கேட்பதற்கு எனக்கு பயமாக இருந்தது. நான் பின்பு ஒரு முறை இஸ்பஹானில் வைத்து நஜ்தியைச் சந்தித்தபோது இந்தக் கேள்விக்கான பதிலை அவர் கூறினார். எனது தம்பி என்று கூறிக்கொண்டு அப்துல் கரீம் என்ற பெயரில் எங்களின் உளவாளி அவரைச் சந்தித்து ஷேக் முஹமது (நான்) என்னிடம் உங்களைப் பற்றி அனைத்தையும் கூறிவிட்டார் எனக் கூறி அனைத்து விஷயங்களையும் கறந்திருக்கிறார்.

அப்துல் கரீம் ஒரு கிருத்தவ ஏஜெண்ட் ஆவார். அவர் ஜல்பா மாவட்டத்தில் உள்ள இஸ்பஹானில் அமைச்சகத்துக்காக வேலை செய்துவந்தார் என்பதை நான் பிறகு அறிந்துகொண்டேன். நாங்கள் எதிர்பார்ப்பதை அவர் செய்ய வேண்டும் என்பதற்காக நாங்கள் நஜ்தியைத் தேவையான அளவு எங்களின் பயிற்சிக்கு உட்படுத்தி இருந்தோம்.

அமைச்சர், செயலாளர் மற்றும் எனக்குத் தெரியாத இரண்டு பேர் முன்னிலையில் நான் அனைத்து விவரங்களையும் விவரித்தேன். அப்போது அமைச்சர் என்னிடம், 'நீதான் நமது அமைச்சகத்தின் உயரிய விருதுக்குத் தகுதியானவன். நமது ஏஜண்டுகளில் மிகவும் திறமையான ஏஜண்டாக நீ தேர்ந்தெடுக்கப்பட்டுள்ளாய். நமது செயலர் உன்னிடம் சில அரசு இரகசியங்களைக் கூறுவார். அது உனது வேலைக்கு மிகவும் பயனுள்ளதாக இருக்கும்' என்றார். இதன் பின்பு எனது குடும்பத்துடன் கழிக்க எனக்கு 10 நாட்கள் விடுமுறை கிடைத்தது. நான் மிகவும் இனிமையான தருணங்களை எனது மகனுடன் கழித்தேன். எனது மகன் அப்படியே என்னைப் போன்றே இருந்தான். எனது மகன் மழலை மொழி பேசி தத்தித் தத்தி நடப்பதைப் பார்க்கும் போது எனது உடலின் ஒரு பகுதியாகவே அவன் தென்பட்டான். இந்தப் பத்து நாட்கள் விடுமுறையை நான் மிகவும் மகிழ்ச்சியாகக் கழித்தேன். இந்தத் தருணங்களில் மகிழ்ச்சியில் நான் மிதந்துகொண்டிருந்தேன்.

பத்து நாட்கள் விடுமுறையின் போது எனது தந்தையின் மூத்த சகோதரியைச் சந்தித்தேன். அவர் என்மீது மிகவும் அன்பு உடையவராகவே இருந்தார். அவரைச் சந்தித்தது எனது திறமையை மேம்படுத்தப் பயன்பட்டது. எனது மூன்றாவது மிஷனின் போது

நான் ஊர் திரும்பிய தருணத்தில் அவர் இறந்து போனார். அவருடைய மரணம் என்னை மிகவும் துக்கத்தில் ஆழ்த்தியது.

எனது பத்து நாட்கள் விடுமுறை மிகவும் வேகமாக நகர்ந்து போனது. மகிழ்ச்சியான தருணங்கள் சில மணி நேரங்களில் கடந்து போய் விடுகின்றன. ஆனால் துயரமான நாட்கள் கழிவதற்குப் பல நூற்றாண்டுகள் ஆவது போல் இருக்கின்றது. நஜ்பில் நான் நோயுற்ற நாட்கள் அப்படித்தான் இருந்தன.

விடுமுறை நாட்கள் முடிந்தவுடன் புதிய உத்தரவுகளை பெறுவதற்காக அமைச்சரக அலுவலகத்தை நோக்கிச் சென்றேன். முகமலர்ச்சியுடன் அவர் என்னை வரவேற்றார். மிகவும் மகிழ்ச்சியுடன் அவர் என்னிடம் கைகுலுக்கினார். அவர் என்னிடம், 'நமது அமைச்சர், காலனிய நாடுகளுக்கான பொறுப்பாளர் ஆகியோரின் உத்தரவின் அடிப்படையில் இரண்டு அரசு இரகசியங்களை உன்னிடம் கூறுகிறேன். இந்த இரு அரசு இரகசியங்களால் உனக்குப் பெரும்பலன் உள்ளது. உன்னைத் தவிர வேறு யாரிடமும் இரண்டு இரகசியங்களை ஒரே நேரத்தில் கூறியது கிடையாது' என்றார்.

அவர் எனது கையைப் பிடித்தவாறு அமைச்சகத்தில் உள்ள ஒரு அறைக்கு அழைத்துச் சென்றார். அந்த அறையில் சுவாரஸ்யமான சில நிகழ்வுகளைப் பார்த்தேன். 10 பேர் வட்ட மேஜையில் சுற்றி அமர்ந்திருந்தனர். முதல் மனிதர் உஸ்மானிய கலீஃபாவைப் போன்று வேடம் அணிந்திருந்தார். அவர் துருக்கியிலும் ஆங்கிலத்திலும் பேசினார். இரண்டாவது மனிதர் இஸ்தான்புல்லில் உள்ள தலைமை இமாமைப் போன்று உடை அணிந்திருந்தார். மூன்றாவது நபர் ஈரான் ஷாவைப் போன்றும் நான்காவது நபர் ஈரானிய அரண்மனை மந்திரி போன்றும் 5ஆவது நபர் நஜ்பில் உள்ள பிரபலமான ஷியா அறிஞரைப் போன்றும் உடை அணிந்திருந்தார்கள். இதில் கடைசியாக கூறப்பட்ட மூன்று பேரும் பாரசீகத்திலும் ஆங்கிலத்திலும் பேசினர்.

இந்த 5 பேரின் அருகில் 5 எழுத்தர்கள் அமர்ந்து அவர்கள் பேசுவதைக் குறிப்பெடுத்துக் கொண்டிருந்தார்கள். இந்த வேடம் தரித்த 5 பேரும் யாரைப் போல வேடம் தரித்திருந்தார்களோ அந்த உண்மை நபர்களிடமிருந்து உளவாளிகள் பெற்ற தகவல்களை எழுத்தர்களிடம் பகிர்ந்துகொண்டிருந்தனர்.

செயலர் என்னிடம், 'இந்த 5 நபர்களும் அங்குள்ள 5 நபர்களைப் பிரதிநிதிப்படுத்துவதாக உள்ளனர். அந்த உண்மை நபர்கள் எப்படிச் சிந்திக்கிறார்கள் என்பதைக் கண்டறிய இவர்களுக்குத் தேவையான கல்வியையும் பயிற்சியையும் கொடுத்திருக்கிறோம். நாம் இவர்களுக்கான அசல் மனிதர்களிடமிருந்து இஸ்தான்புல், தெஹ்ரான், நஜ்ப் பகுதியில் உளவாளிகள் மூலம் பெற்ற அந்தரங்கத் தகவல்களை இவர்களுக்கு அளித்து அவர்களைப் போன்றே சிந்திக்க வைத்துள்ளோம். இவர்கள் அந்த உண்மை ஆட்களாகவே கற்பனை செய்துகொள்வர். பின்பு அவர்களிடம் நாங்கள் தேவையான கேள்விகளைக் கேட்போம். அவர்கள் அதற்கு சரியான பதிலைத் தர வேண்டும். அவர்கள் அளிக்கும் பதில்களில் 70 சதவீதம் அசல் மனிதர்களோடு ஒத்துப் போகின்றன என்பதை உறுதிசெய்து கொண்டோம்' என்றார்.

பின்பு செயலர் என்னிடம், 'நீங்கள் ஏற்கனவே நஜ்ப் அறிஞரைச் சந்தித்துள்ளதால் ஒரு மதிப்பீட்டிற்காக நீங்கள் விருப்பப்பட்டால் அவரின் நகலிடம் நீங்கள் கேள்வி கேட்கலாம்' என்றார்.

நான் அதற்கு சம்மதித்தேன். ஏனென்றால் நஜ்பில் உள்ள ஷியா அறிஞரை நான் ஏற்கனவே சந்தித்து சில கேள்விகளைக் கேட்டிருக்கிறேன். நான் இப்போது அந்த அறிஞரின் நகலிடம் அந்தக் கேள்விகளைக் கேட்டேன். 'அன்புக்குரிய ஆசிரியரே, சன்னிகளாகவும் மூடர்களாகவும் இருக்கும் இந்த அரசுக்கு எதிராகப் போர் செய்ய எங்களுக்கு அனுமதி தர முடியுமா?'

சிறிது நேரம் தாமதித்து, 'அவர்கள் சன்னிகளாக இருக்கிறார்கள் என்பதற்காக அரசுக்கு எதிராகப் போர் செய்ய நமக்கு அனுமதி இல்லை. அனைத்து முஸ்லிம்களும் சகோதரர்கள்தான். நாம் அவர்களுக்கு எதிராகப் போர் செய்ய வேண்டும் என்றால் அவர்கள் முஸ்லிம் உம்மத்துக்கு (சமுதாயத்திற்கு) எதிராக கொடூர அடக்கு முறைகளைக் கையாண்டிருக்க வேண்டும். அப்படி நடந்தால் நாம் நன்மையை ஏவி தீமையைத் தடுக்க வேண்டும் என்ற குர்ஆனிய கோட்பாடு அடிப்படையில் செயல்பட முடியும்' என்றார்.

அதற்கு நான், 'அன்புக்குரிய ஆசிரியரே, யூதர்களும் கிருத்தவர்களும் வழிகேடர்கள் என்ற கருத்தைப் பற்றி உங்களின் கருத்து என்ன?' என்றேன். அதற்கு, 'ஆம், அவர்கள் வழிகேடர்கள் தான். அவர்களிடமிருந்து நாம் கட்டாயம் விலகியிருக்க வேண்டும்'

என்றார். 'அவர்களை விட்டும் ஏன் நாம் விலகி இருக்க வேண்டும்' என்றேன். அதற்கு அவர், 'அவர்கள் நம்மை நிந்தித்து வருவதற் காக பழிவாங்கும் நடவடிக்கைதான் அது. அவர்கள் நம்மைக் காஃபிர்கள் என்றும் நமது இறைத்தூதரை ஏற்றுக்கொள்ள மறுத்தும் வருகிறார்கள். இதனால் அவர்களை விலக்குவதன் மூலமாக நாம் பழிவாங்குகிறோம்' என்றார். நான் அவரிடம் கூறினேன், 'பிரியமான ஆசிரியரே, சுத்தம் என்பது ஈமானின் ஒரு பகுதியாகத்தானே இருக்கிறது? ஆனால் ஷானே ஷரீப் (அலீயின் நினைவிடம்) மற்றும் அதைச் சுற்றியுள்ள பகுதிகள் மிகவும் அசுத்தமானவையாக உள்ளதே? மதரசாக்கள்கூட சுத்த மாக இல்லையே?' என்றேன். அதற்கு அவர், 'ஆமாம் நீங்கள் கூறுவது உண்மைதான். ஈமானைச் சார்ந்ததுதான் சுத்தம். ஆனால் ஷியாக்கள் சுத்தம் குறித்து அக்கறை எடுத்துக்கொள்வதில்லை' என்றார்.

அமைச்சகத்தால் உருவாக்கப்பட்ட இந்த மனிதரின் கருத்து நஜ்பில் உள்ள ஷியா அறிஞரின் கருத்தை அப்படியே ஒத்திருந்தது. நகலின் அடையாளம் அசலுடன் மிகவும் பொருத்தமானதாக இருந்தது எனக்கு மிகுந்த ஆச்சரியத்தைத் தந்தது. மேலும் அவர் பாரசீக மொழியைத் தெளிவாகப் பேசினார். செயலர் கூறினார், 'நீங்கள் மற்ற நான்கு பேரின் ஒரிஜினல்களைச் சந்தித்திருக்கிறீர்கள் என்றால் இவர்களுடன் பேசி அவர்களுக்கும் இவர்களுக்குமான ஒத்திசைவு எப்படி உள்ளது என்று மதிப்பிடுங்கள்' என்று கூறினார்.

அப்பொழுது நான், 'எனக்கு இஸ்தான்புல்லின் தலைமை இமாம் குறித்துத் தெரியும். இஸ்தான்புல்லில் உள்ள அஹமது எபந்தி தலைமை இமாம் குறித்து முழுமையாக என்னிடம் கூறியிருக்கிறார்' என்றேன். உடனே செயலர், 'அப்படியென்றால், அவருடைய நகலிடம் பேசிப் பாருங்கள்' என்றார்.

நான் தலைமை இமாமின் நகலின் அருகே சென்று அவரிடம் கேட்டேன்: 'கலீஃபாவுக்குக் கட்டுப்படுவது *ஃபர்ளா?* (கட்டாயக் கடமையா?)'

'ஆமாம் அது *வாஜிப்* (கட்டாயம்)' என்றார். உடனே நான், 'இந்தக் கட்டுப்படுதல் இறைவனுக்கும் இறைத்தூதருக்குக்கும் கட்டுப்படுவதைப் போன்று *வாஜிப்* என்றால் அதற்கான ஆதாரம் உள்ளதா?' என்றேன். அதற்கு அவர், 'நீங்கள் இறைவசனமான இறைவனுக்குக் கட்டுப்படுங்கள்; அவனது தூதருக்குக் கட்டுப்

படுங்கள்; உங்களிடையே பொறுப்பு வகிப்பவர்களுக்கும் கட்டுப் படுங்கள் என்ற வசனத்தைக் கேட்டதில்லையா?'

நான், 'நீங்கள் கூறுவதைப் போன்று பார்த்தால் கலீஃபா யஜீதிற்குக் கட்டுப்பட இறைவன் எங்களுக்குக் கட்டளை யிட்டுள்ளானா? அவர் அவருடைய படையை மதீனாவைக் கொள்ளையடிக்க அனுமதித்தார். இறைத்தூதரின் பேரன் ஹுஸைனைப் படுகொலை செய்தார். மேலும் அவருடைய படைத் தளபதி வலீது மது அருந்தியதாகக் கூறப்படுகிறதே' என்றேன். அதற்கு அவர், 'எனது மகனே, யஜீத் இறைவனின் அனுமதி யுடன்தான் முஸ்லிம்களின் தலைவராகப் பொறுப்பேற்றார். அவர் ஹுஸைனைப் படுகொலை செய்ய கட்டளையிடவில்லை. ஷியாக்களின் பொய்யை நம்பாதீர்கள். வரலாறுகளை நன்றாகப் படியுங்கள். அவர் தவறு செய்தார். அதற்காக அவர் பாவமன்னிப்பு கோரினார். அவருடைய உத்தரவின் பேரில் மதீனாவில் அவருடைய படைகள் கொள்ளையிட்டது உண்மைதான். அதற்குக் காரணம் மதீனாவாசிகள் அவருடைய தலைமைக்குக் கட்டுப் படாமல் தான்தோன்றித்தனமாக நடந்துகொண்டார்கள். வலீது தவறு இழைத்தவர்தான். கலீஃபாவின் கட்டளைகளில் ஷரீஅத்தை மீறிய செயல்பாடுகளுக்கு நாம் கட்டுப்பட வேண்டிய தில்லை' என்றார்.

இதே கேள்வியைத்தான் அஹமது எபந்தியிடம் கேட்டேன். அவர் கூறிய பதிலில் சிறிய வேறுபாடு இருந்ததே தவிர பெரிய வித்தியாசம் ஒன்றும் இல்லை. பின்பு நான் செயலரிடம், 'இந்த மாதிரிகளை உருவாக்குவதற்கான காரணம் என்ன?' என்று கேட்டேன். அவர், 'இந்த வழிமுறை மூலம் உஸ்மானிய கலீஃபா மற்றும் ஷியா, சன்னி முஸ்லிம் அறிஞர்களின் மூளையில் என்ன இருக்கிறது என்பதை மதிப்பிட்டு விடலாம். அவர்களைச் சமாளிப்பதற்கான வழிமுறைகளை நாம் தேடிக்கொள்ள முடியும். உதாரணமாக எதிரிப்படை எந்தக் குறிக்கோளுடன் நம்மை நோக்கி வருகிறது என்பதை நீ அறிந்துகொண்டால், அதற்குத் தகுந்தவாறு நீ தயார் செய்துகொள்ள முடியும். மேலும் பொருத்த மான இடத்தில் உனது படைகளை நிறுத்தி எதிரிகளின் குறிக் கோளைத் தடைசெய்ய முடியும். இதற்கு மாறாக, எதிரியின் குறிக்கோள் குறித்து உனக்கு ஒன்றும் தெரியவில்லை என்றால் எதிரி உன்னைக் கண்டமேனிக்கு தாக்கி உனது படைகளைச்

சிதறச் செய்து எதிர்பாராத பகுதிகளிலிருந்து உன்னைத் தாக்கி மோசமான தோல்வியைத் தந்துவிடுவான். இதைப் போலவே, முஸ்லிம் மத்ஹபுகளின் கொள்கையை நிரூபிக்கும் சான்றுகளைக் குறித்து நீ அறிந்திருந்தால், அதற்கு எதிரான சான்றுகளைத் தயார் செய்து அவர்களின் நம்பிக்கையை இழக்கச் செய்ய முடியும்.'

இந்த ஐந்து நகல் மனிதர்களும் உருவாக்கிய இராணுவம், பொருளாதாரம், கல்வி, மத விவகாரங்கள் தொடர்பான சுமார் ஆயிரம் பக்கங்கள்கொண்ட ஆவணத்தை செயலர் என்னிடம் கொடுத்துவிட்டு, படித்துவிட்டுத் தருமாறு கூறினார். நான் அந்த ஆவணத்தை வீட்டிற்குக் கொண்டு சென்றேன். எனது மூன்று வார விடுமுறை நாட்களில் பெரும்பாலான நேரங்களை இந்த ஆவணத்தைப் படிப்பதிலேயே செலவழித்தேன்.

இந்த ஆவணம் அருமையான விதத்தில் இருந்தது. இதில் துல்லியமான பதில்களும் அவதானிப்புகளும் தெளிவான உண்மையுடன் இருந்தன. ஐந்து நகல்களும் கொடுத்த பதில்கள் 70 சதவீதம் சரியானது என செயலர் கூறியிருந்தாலும் எனது கணிப்பின் படி 70 சதவீதத்திற்கும் அதிகமாக சரியாக இருந்ததாக நான் கருதுகிறேன்.

இந்த ஆவணத்தைப் படித்துக்கொண்டிருக்கும் போது எனது செயல்பாட்டின் மீது எனக்கு அதீத நம்பிக்கை உருவானது. மேலும் உஸ்மானிய கிலாஃபத்தை இந்த நூற்றாண்டுக்குள் வீழ்த்திவிடலாம். அதற்கான அனைத்துத் திட்டங்களும் ஏற்கனவே தயாராகிவிட்டன என்பதை என்னால் உறுதியாக நம்ப முடிந்தது. செயலர் மேலும் கூறினார்: 'இதே போன்று மற்ற அறைகளில் நமது காலனிய நாடுகளுக்கும் நாம் காலனியாக்க இருக்கின்ற நாடுகளுக்குமான திட்டங்களும் ஆலோசனை குழுக்களும் உள்ளன.'

நான் செயலரிடம், ' இந்த ஊக்கமுள்ள அறிவாளிகளான மனிதர்களை எங்கிருந்து கண்டுபிடித்தீர்கள்' என்றேன். அவர் கூறினார்: 'நமது ஏஜண்டுகள் உலகம் முழுவதும் இருக்கிறார்கள். அவர்களிடமிருந்து தொடர்ச்சியாக நமக்குத் தகவல்கள் வந்து கொண்டிருக்கின்றன. நீங்கள் பார்த்த இந்த நகல் பிரதிநிதிகள் தங்களது வேலைகளில் எப்படிப்பட்ட திறமைசாலிகள் என்பதை நீங்களே கண்டுகொண்டீர்கள். சம்பந்தப்பட்ட மனிதர்களின் அனைத்துத் தகவல்களும் உனக்குத் தெரிந்திருந்தால் அவர்களைப் போன்றே சிந்திக்கவும் முடிவெடுக்கவும் முடியும் என்பது

இயற்கையானதுதான். அந்த உண்மை மனிதர்களின் பிரதியாகவே நீ மாற முடியும்.'

செயலர் மேலும் கூறினார்: 'அமைச்சகத்தின் உத்தரவை தொடர்ந்து முதல் இரகசியத்தை உன்னிடம் கூறியுள்ளேன். நீ இந்த ஆயிரம் பக்க ஆவணத்தைப் படித்துவிட்டுத் திரும்பத் தருகின்ற போது அடுத்த இரகசியத்தைக் கூறுவேன்.'

எனது முழு கவனத்தையும் இந்த ஆவணத்தின் மீது செலுத்தி முதல் பக்கம் முதல் கடைசிப் பக்கம்வரை பகுதி பகுதியாகப் படித்தேன். இது எனக்கு முஸ்லிம்கள் குறித்த அறிவை அதிகப் படுத்தியது. அவர்கள் எப்படிச் சிந்திக்கிறார்கள், அவர்களுடைய பலவீனம் என்ன, அவர்களின் பலம் என்ன, மேலும் அவர்களின் பலத்தை அவர்களுடைய பலவீனமான பகுதிகளில் சென்று சீர்குலைப்பது குறித்து அனைத்து அறிவும் எனக்குக் கிடைத்தன.

முஸ்லிம்களின் பலவீனங்களாக அந்த ஆவணத்தில் கீழ்க்காணும் விஷயங்கள் பட்டியலிடப்பட்டுள்ளன:

1. சன்னி-ஷியா முரண்பாடு, அரசு-மக்கள் முரண்பாடு, துருக்கியர்கள்-ஈரானியர்களுக்கு இடையேயான முரண்பாடு, பழங்குடி இன மக்கள் விவகாரம், அறிஞர்களுக்கும் அரசுக்கும் இருந்த முரண்பாடுகள்.
2. சிலரைத் தவிர பெரும்பாலான முஸ்லிம்கள் அறிவிலிகளாகவும் படிப்பறிவு அற்றவர்களாகவும் இருந்தனர்.
3. ஆன்மிகம், அறிவு, பயபக்தி போன்றவற்றில் குறைபாடு உள்ளவர்களாகவே இருந்தார்கள்.
4. உலக வணிகங்கள் ஒட்டுமொத்தமாக அவர்கள் கையில் இருந்தன. மறு உலக வாழ்க்கை மீதான நாட்டம் குறைவாகவே இருந்தது.
5. அவர்களின் அரசர்கள் கொடூரமான சர்வாதிகாரிகளாக இருந்தார்கள்.
6. அவர்களுடைய சாலைகள் பாதுகாப்பற்று இருக்கின்றன; போக்குவரத்து வசதிகள் தொடர்ச்சியானதாக இல்லை.
7. வருடத்திற்கு பத்தாயிரத்திற்கும் மேற்பட்ட மக்களைப் பலி வாங்கிக்கொண்டிருந்த பிளேக், காலரா நோய்கள் குறித்த எந்த வித முன்னெச்சரிக்கையும் இல்லாமல் இருந்தார்கள். மேலும் சுகாதாரம் மிகவும் மோசமாக இருந்தது.

8. நகரங்கள் அழியும் தருவாயில் இருந்தன. தண்ணீர் விநியோகத் திற்கு முறையான திட்டங்கள் எதுவும் இல்லை.

9. ஆட்சியாளர்களுக்கும் எதிர்ப்பாளர்களுக்கும் கலகக்காரர் களுக்குமிடையே இணக்கம் இல்லை. குர்ஆனை அவர்கள் மிகவும் புகழ்பவர்களாகவும் அதை வாழ்க்கையில் நடை முறைப் படுத்தாதவர்களாகவும் இருந்தனர்.

10. பொருளாதார மந்தத்தால் வறுமையும் பின்னடைவும் ஏற்பட்டிருந்தன.

11. ஒரு ஒழுங்கமைப்புடன் கட்டமைக்கப்பட்ட இராணுவமும் போதுமான ஆயுதங்களும் இல்லை. அவர்களின் இருப்பில் உள்ள ஆயுதங்கள் மிகவும் பழமையானவை; அத்துடன் மிகவும் மோசமான நிலையிலும் இருந்தன.

12. பெண்கள் மீதான உரிமைகள் பறிக்கப்பட்டிருந்தன.

13. சுற்றுப்புறச்சூழல், சுகாதார குறைபாடு அதிகமாக இருந்தன.

முஸ்லிம்களின் பலவீனங்களைக் குறித்துக் கூறப்பட்டதற்குப் பிறகு முஸ்லிம்களுக்கு இஸ்லாத்தின் மீதான பற்றுதலுக்கான காரணங்கள் குறித்தும் அந்த ஆவணம் பட்டியலிட்டது. உறுதியான இஸ்லாமிய விழுமியங்கள் குறித்து அந்த ஆவணத்தில் கூறியிருப்பதாவது:

1. இஸ்லாம் ஒற்றுமையையும் சேர்ந்து வாழ்வதையும் கட்டாய மாக்கி உள்ளது. ஒற்றுமையைச் சீர்குலைப்பதைத் தடை செய்துள்ளது. இது குறித்து குர்ஆனில் அல்லாஹ்வின் கயிற்றைப் பற்றிப் பிடித்துக் கொள்ளுங்கள் என வலியுறுத்தப்பட்டுள்ளது. *(குர்ஆன் 3:103)*

2. இஸ்லாம் கல்வி கற்பதையும் ஆராய்ச்சி செய்வதையும் கட்டாயமாக வலியுறுத்தி உள்ளது. இது குறித்துக் குர்ஆனில் பூமியில் பயணம் செய்யுங்கள் என்று கூறப்பட்டுள்ளது. *(குர்ஆன் 3:137)*

3. அறிவைப் பெற்றுக்கொள்ள இஸ்லாம் கட்டளையிட்டு உள்ளது. இது குறித்து ஒரு நபிமொழியில் கூறியிருப்பதாவது: 'அனைத்து முஸ்லிமான ஆண்களும் பெண்களும் கல்வி கற்பது ஃபர்ள் (கட்டாயக் கடமை) ஆகும்.'

4. இஸ்லாம் உலகத்திற்காக வேலை செய்யவும் கட்டளை இடுகிறது. இது குறித்துக் குர்ஆனில், 'சிலர் கூறுகிறார்கள்:

இறைவனே, உலகத்திலும் மறுமையிலும் அழகானதை எங்களுக்குத் தருவாயாக' என்று கூறுகிறார்கள்.(குர்ஆன் 2:201)

5. இஸ்லாம் அனைத்து விவகாரங்களிலும் ஆலோசனை நடத்தி முடிவெடுப்பதை வலியுறுத்தி உள்ளது. இது குறித்துக் குர்ஆனில் 'அவர்களுடைய விவகாரங்களில் கலந்தாலோசித்து முடிவெடுத்துக் கொள்வார்கள்' என்று கூறப்பட்டுள்ளது. (குர்ஆன் 42: 38)

6. இஸ்லாம் வழித்தடங்கள் உருவாக்குவதைக் கட்டாயம் ஆக்கி உள்ளது. இது குறித்துக் குர்ஆனில் கூறப்பட்டுள்ளதாவது: அவனே உங்களுக்கு பூமியை வசதியாக ஆக்கினான். ஆகவே அதன் பலபாகங்களிலும் நடந்து அவனுடைய உணவிலிருந்து புசியுங்கள். இன்னும் அவனிடமே உயிர்த்தெழ வேண்டி இருக்கிறது.(குர்ஆன் 67:15)

7. இஸ்லாம் முஸ்லிம்களுக்கு தங்களின் உடலைத் திடப் படுத்திக்கொள்ள கட்டளையிடுகிறது. அறிவு என்பது நான்கு பகுதிகளை உள்ளடக்கியது. அதில் ஒன்று மார்க்க அறிவு நம்பிக்கையை வலுப்படுத்துகிறது. இரண்டாவது, மருந்துகள் குறித்த அறிவு உடல் நிலையைத் திடப்படுத்தும். மூன்றாவது, இலக்கணம் குறித்த அறிவு மொழி வளத்தைத் திடப்படுத்தும். நான்காவதாக வானவியல் தொடர்பான அறிவு கால அளவுகளை நிர்ணயிக்க உதவும்.

8. இஸ்லாம் வளர்ச்சியை வலியுறுத்துகிறது. இது தொடர்பாகக் குர்ஆனில் இறைவன் இவ்வாறு கூறுகிறான்: இறைவன் இந்த உலகத்தில் அனைத்தையும் உங்களுக்காகப் படைத்துள்ளான். (குர்ஆன் 2:29)

9. இஸ்லாம் ஒழுங்கமைக்கப்பட்ட கட்டமைப்பை வலியுறுத்து கிறது. இது தொடர்பாகக் குர்ஆனில் பல இடங்களில் வலியுறுத்தப்பட்டுள்ளது.

10. இஸ்லாம் வலிமையான பொருளாதாரம் குறித்து வலியுறுத்து கிறது.

11. இஸ்லாம் வலிமையான இராணுவம் மற்றும் சக்திவாய்ந்த போர்த் தளவாடங்களைத் தயார்செய்து வைத்துக்கொள்ள கட்டளையிட்டுள்ளது. இது தொடர்பாக இறைவன் குர்ஆனில்

இவ்வாறு கூறுகிறான்: 'அவர்களை எதிர்ப்பதற்காக உங்களால் இயன்ற அளவு பலத்தையும் போர்க் குதிரைகளையும் ஆயத்தப்படுத்திக் கொள்ளுங்கள்.' (குர்ஆன் 8:60)

12. இஸ்லாம் பெண்களுக்கான உரிமையையும் அவர்களை மேன்மைப்படுத்தவும் வலியுறுத்துகிறது. இது தொடர்பாகக் குர்ஆனில் கூறப்பட்டுள்ளதாவது: 'பெண்களுக்குக் கடமைகள் இருப்பது போல் அவர்களுக்கு உரிமைகளும் சிறந்த முறையில் உள்ளன.'(குர்ஆன் 2:228).

13. இஸ்லாம் தூய்மையை வலியுறுத்துகிறது. இது தொடர்பாக ஒரு நபிமொழி இவ்வாறு உள்ளது: தூய்மை இறை நம்பிக்கையில் (ஈமானின்) ஒரு பகுதி.

அந்த ஆவணம் முஸ்லிம்களுடைய ஆட்சி அதிகாரத்தைத் தகர்க்க வேண்டும் என்றால் கீழே பட்டியலிடப்பட்டுள்ளவற்றை முஸ்லிம் சமூகத்திலிருந்து அகற்ற வேண்டும் என்று கூறுகிறது:

1. இஸ்லாம் இன, மொழி, பாரம்பரிய மூட நம்பிக்கைகள், மரபு சார்ந்த உயர்வு, தேசியம் என அனைத்துக் குறுகிய மன நிலைக்கும் எதிராக உள்ளது.
2. வட்டி, அதிக லாபம், இயற்கையை மீறிய பாலுறவு, மது, பன்றி இறைச்சி ஆகியவற்றைத் தடை செய்துள்ளது.
3. முஸ்லிம்கள் அவர்களுடைய சமூக இமாம்களுடன் பின்னிப் பிணைந்து உள்ளனர்.
4. பெரும்பான்மையான சன்னி முஸ்லிம்கள் கலீஃபாவை இறைத்தூதரின் பிரதிநிதியாகவே கருதுகிறார்கள். அவர்கள் கலீஃபாவுக்குக் கட்டுப்படுவது இறைவனுக்கும் இறைத் தூதருக்கும் கட்டுப் படுவதற்கு ஒப்பாக நினைக்கிறார்கள்
5. ஜிஹாத் (நீதிக்காகப் போராடுவது) ஃபர்ள் (கட்டாயக் கடமை) ஆக்கப்பட்டுள்ளது.
6. ஷியாக்களைப் பொறுத்தவரை அனைத்து முஸ்லிம் அல்லாதவர்களும் வழிகேடர்கள்.
7. அனைத்து முஸ்லிம்களும் இஸ்லாம் மட்டும்தான் உண்மையான மார்க்கம் என்பதில் அதீத நம்பிக்கை உள்ளவர்களாக இருக்கின்றனர்.
8. அரேபிய தீபகற்பத்தில் இருந்து யூதர்களையும் கிறிஸ்துவர்

களையும் வெளியேற்றுவது ஃபர்ள் (கட்டாயக் கடைமை) என்று பெரும்பான்மையான முஸ்லிம்கள் கருதிக்கொண்டு இருந்தார்கள்.

9. அவர்கள் அழகான முறையில் அவர்களுக்குக் கட்டளையிடப் பட்ட வழிபாட்டு முறைகளைச் செய்கிறார்கள்.

10. இஸ்லாமிய நாடுகளில் கிறிஸ்துவ ஆலயங்கள் கட்டப்படுவது ஹராம் (தடுக்கப்பட்டது) என்று ஷியாக்கள் கருதிக்கொண் டிருந்தார்கள்.

11. முஸ்லிம்கள் நோன்பு நோற்கிறார்கள்.

12. போரில் கிடைத்த வெற்றிப் பொருள்களில் ஐந்தில் ஒரு பங்கை உலமாக்களுக்குக் கொடுப்பது ஃபர்ள் என ஷியா முஸ்லிம்கள் கருதிக் கொண்டிருந்தார்கள்.

13. முஸ்லிம்கள் தங்களின் குழந்தைகளைக் கல்வி கற்க வைப்பதில் ஆர்வம் காட்டி வருகிறார்கள்.

14. முஸ்லிம் பெண்கள் தங்களின் உடல் பகுதிகளை மறைத்துக் கொள்வதன் மூலம் அனைத்து விதமான அநாச்சாரங்களும் தடுக்கப்பட்டுள்ளன.

15. முஸ்லிம்கள் தினமும் ஐந்து முறை பள்ளிவாசலுக்கு வந்து கூட்டாகத் தொழுகிறார்கள்.

16. இறைத்தூதர் மற்றும் அலீயுடைய அடக்கத்தலங்களை முஸ்லிம்கள் புனிதமாகக் கருதுவதால் அந்தப் பகுதிகளில் அதிக மாகக் கூடுகிறார்கள்.

17. இறைத்தூதரின் சந்ததிகளாக சில மக்கள் இருப்பது இறைத் தூதர் உயிருடன் இருப்பதைப் போன்ற மனநிலையை அவர்களுக்கு உருவாக்குகிறது.

18. முஸ்லிம்கள் ஒன்றுகூடி தங்களின் நம்பிக்கையை வலுப் படுத்திக் கொள்ளும் நிகழ்வுகள் நடக்கின்றன.

19. நன்மையை ஏவி தீமையைத் தடுப்பது முஸ்லிம்களுக்கு ஃபர்ள் ஆக்கப்பட்டுள்ளது.

20. முஸ்லிம்களுக்கு ஒன்றுக்கும் மேற்பட்ட திருமணம் செய்ய அனுமதிக்கப்பட்டுள்ளதால் அவர்களுடைய சந்ததிகள் பெருகி வருகின்றன.

22. ஒரு மனிதருக்கு நேர்வழி காட்டினால் அவர் செய்கின்ற

அனைத்து நன்மைகளிலும் ஒரு பங்கு நேர்வழி காட்டியவருக்குக் கிடைத்துக் கொண்டே இருக்கும் என்ற நபிமொழியை அனைத்து முஸ்லிம்களும் தெரிந்து வைத்துள்ளனர். இதனால் அதிகமான நபர்களை இஸ்லாத்துக்குள் கொண்டு வந்து கொண்டிருக்கிறார்கள்.

23. முஸ்லிம்கள் குர்ஆனையும் நபிமொழியையும் தெளிவாகப் படிக்கிறார்கள். அவற்றில் கூறப்பட்டுள்ள கட்டளைகளுக்குக் கட்டுப்பட்டால்தான் சுவர்க்கத்திற்குச் செல்ல முடியும் என உறுதியாக நம்புகிறார்கள்.

முஸ்லிம்களின் வலிமையைப் பாழ்படுத்தவும் அவர்களின் பலவீனங்களைப் பரவலாக்கவும் சில வழிமுறைகளைக் கையாள அந்த ஆவணம் வலியுறுத்துகிறது. அவர்களின் பலவீனங்களைப் பரவலாக்க அந்த ஆவணம் கீழ்க்காணும் வழிமுறைகளைக் கையாள வலியுறுத்துகிறது:

1. பகையைத் தூண்டி விடுவதன் மூலம் தகராறு உள்ள பிரிவினரிடையே பிரச்சினைகளை நிலைக்கச் செய்ய வேண்டும். ஒரு பிரிவினர் குறித்து மற்றொரு பிரிவினரிடையே அவநம்பிக்கைகளை உருவாக்க வேண்டும். பிரச்சினை தொடர்ந்து நீடிக்கும் வண்ணம் புத்தகங்கள் வெளியிட வேண்டும்.

2. வாய்ப்புகள் ஏற்படும்போதெல்லாம் அந்த வாய்ப்புகளைப் பயன்படுத்திக் கல்விக்கூடங்களுக்கும் வெளியீட்டு நிறுவனங்களுக்கும் இடையூறு ஏற்படுத்த வேண்டும். முக்கியமான இலக்கியங்களை எரித்து அழித்துவிட வேண்டும். முஸ்லிம் குழந்தைகளை அறிவிலிகளாக இருப்பதை உறுதிப்படுத்திக் கொள்வதற்காக, மார்க்க அறிஞர்கள் குறித்த அவதூறுகளைப் பரப்பி முஸ்லிம் பெற்றோர்கள் மார்க்க பாடசாலைகளுக்கு குழந்தைகளை அனுப்புவதற்குத் தடங்கல் ஏற்படுத்த வேண்டும்.

3. சுவனத்தின் மீதான ஆசையை ஏற்படுத்தி உலக வாழ்வின் மீது வெறுப்பை உருவாக்க வேண்டும்.

4. தஸவ்வுஃப் (சூஃபி) பிரிவினரின் எண்ணிக்கையை அதிகப்படுத்த வேண்டும். தியானத்தைப் போதிக்கின்ற கஸ்ஸாலியின் *இஹ்யாவுல் உலூமித்தீன்*, மவுலானா ரூமியின் *மஸ்னவி*, முஹியத்தீன் அரபியின் நூல்கள் போன்றவற்றை அவர்களைப்

படிக்க வைத்து உலகத்தை மறந்த நிலையிலேயே அவர்களை வைக்க வேண்டும்.

5. இஸ்லாமியப் பேரரசர்களைப் பொய்யான வார்த்தைகள் மூலம் புகழ்ந்து அவர்களைக் கொடூரமான சர்வாதிகாரிகளாக மாற்ற வேண்டும்.

6. கொலைக்கு மரண தண்டனை என்பதைச் சட்டத் தொகுப்பி லிருந்து அகற்ற வேண்டும். நெடுஞ்சாலை வழிப்பறிக் கொள்ளையர்களைத் தண்டிப்பதிலிருந்து ஆட்சியாளர்களைத் தடுக்க வேண்டும். கொள்ளையர்களுக்கு உதவிசெய்தல், ஆயுதங்கள் வழங்குவதன் மூலம் பயணங்களைப் பாதுகாப் பற்றவையாய் ஆக்க வேண்டும்.

7. கீழ்க்காணும் திட்டம் மூலம் முஸ்லிம்களின் வாழ்க்கையை ஆரோக்கியமற்றதாக மாற்ற வேண்டும்: அனைத்துமே இறைவனின் விதிப்படிதான் நடக்கிறது. மருத்துவ சிகிச்சைகள் ஆரோக்கியத்தை வலுப்படுத்தாது. இறைவன் குர்ஆனில் கூறுகிறான், 'அவனே எனக்கு உணவளிக்கிறான். அவனே என்னைப் பருகச் செய்கிறான். நான் நோயுற்ற காலத்தில் அவனே என்னைக் குணப்படுத்துகிறான். மேலும் அவனே என்னை மரணிக்கச் செய்கிறான். பிறகு அவனே என்னை உயிர்ப்பிப்பான். (குர்ஆன் 26:79-81). அப்படியென்றால் நோயிலிருந்தும் மரணத்திலிருந்தும் இறைவிருப்பம் இல்லாமல் யாரும் தப்ப முடியாது... என்ற எண்ணத்தை உருவாக்க வேண்டும்.

8. கொடுங்கோன்மையை ஊக்குவிக்கும் விதமாகக் கீழ்க்காணும் கூற்றைப் பரவலாக்க வேண்டும்: இஸ்லாம் வழிபாடுகளில் மட்டுமே கவனம் செலுத்தும் மதம் ஆகும். ஆட்சி விவகாரத்தில் இஸ்லாத்திற்கு நாட்டம் இல்லை. இதனால்தான் முஹம்மதுக்கும் அவருடைய கலீஃபாக்களுக்கும் எந்த அமைச்சர்களும் சட்டமும் இருக்கவில்லை. (இஸ்லாத்தி லிருந்து முஸ்லிம் ஆட்சியாளர்களைப் பிரிப்பதன் மூலம் அவர்களைக் கொடுங் கோலர்களாக நிலைத்திருக்கச் செய்ய முடியும்.)

9. பொருளாதாரச் சீரழிவு என்பது வழமையானதுதான் என்ற கருத்தியலை உருவாக்கி பொருளாதாரத்தைக் கீழ்க்காணும் நடவடிக்கை மூலம் சிதைக்க வேண்டும்: பயிர்களை அழுகச்

செய்ய வேண்டும், வணிகக் கப்பல்களை மூழ்கடிக்க வேண்டும், சந்தைப் பகுதிகளைத் தீக்கிரையாக்க வேண்டும், அணை களையும் நீர்த் தேக்கங்களையும் தகர்த்து விவசாய நிலங்கள், தொழிற்கூடங்களையும் வெள்ளத்தில் மூழ்கடிக்க வேண்டும். இறுதியாக குடிநீருக்கான வழித்தடங்களை அழிக்க வேண்டும்.

10. அரசியல் தலைவர்களைப் பாலுறவு, விளையாட்டு, மது, சூதாட்டம், ஊழல் போன்றவற்றிற்கு அடிமையாக்க வேண்டும். இதன் மூலம் தேச துரோகம், சதி, தனது சொந்த நலனுக்காக அரசின் பணத்தைப் பயன்படுத்துவது போன்ற செயல்கள் உருவாகும். அரசு ஊழியர்களையும் இந்தப் பழக்கத்திற்கு அடிமைப்படுத்தி நமக்கு சாதகமாக உள்ளவர்களுக்குத் தகுந்த வெகுமதிகளையும் அளிக்க வேண்டும். இந்த வேலையில் ஈடுபடும் பிரிட்டிஷ் உளவாளிகளை இரகசியமாகவும் வெளிப்படையாகவும் பாதுகாக்க வேண்டும். முஸ்லிம்களால் ஒரு உளவாளி கைது செய்யப்பட்டாலும் என்ன செலவு செய்தும் அவர்களை மீட்டுவிட வேண்டும்.

11. முஸ்லிம்களிடையே அனைத்து விதமான வட்டிகளையும் பரவலாக்க வேண்டும். வட்டி என்பது ஒரு தேசத்தை நிர்மூல மாக்குவது மட்டுமல்லாமல் முஸ்லிம்களைக் குர்ஆனிற்கு கட்டுப்படாமல் இருக்கும் பழக்கத்தை ஏற்படுத்த முடியும். ஒரு முஸ்லிம் முதலில் ஒரு குர்ஆனிய சட்டத்தை மீறி விட்டான் என்றால் அடுத்தடுத்து சட்டங்களை அவன் எளிதாக மீறி விடுவான். வட்டியைப் பரவலாக்க அவர்களை இவ்வாறு கூறி குழப்ப வேண்டும்: ‘அதீத வட்டிக்குத்தான் குர்ஆனில் தடை விதிக்கப்பட்டுள்ளது. குர்ஆனில் இறைவன் பன்மடங்காகப் பெருகிக்கொண்டிருக்கும் நிலையில் நீங்கள் வட்டியை உண்ணாதீர்கள் என்றுதான் கூறுகிறான். இதனால் அனைத்து வகையான வட்டிகளும் ஹராம் அல்ல’ என்று கூறிக் குழப்ப வேண்டும்.

12. இமாம்கள் மீது தவறான குற்றச்சாட்டுக்களை உருவாக்கி அவர்களுக்கும் மக்களுக்கும் இடையே பிரிவினையை ஏற்படுத்த வேண்டும். நமது சில உளவாளிகளை இமாம்களைப் போன்று வேடம் தரிக்கச் செய்து, அவர்களை வைத்து இழிவான செயல்களைச் செய்ய வைக்க வேண்டும். இதனால் பொது மக்கள் அனைத்து இமாம்களையும் சந்தேக உணர்வுடனேயே

பார்க்கக்கூடிய சூழ்நிலை ஏற்படும். இந்த இமாம்களை அல் அஷ்கர், இஸ்தான்புல், நஜ்ப், கர்பலா ஆகிய பகுதிகளில் ஊடுருவச் செய்ய வேண்டும். பள்ளி கல்லூரிகளைத் திறந்து இமாம்களைச் சிறுமைப்படுத்தும் முஸ்லிம்களை உருவாக்க வேண்டும். இந்தக் கல்விக்கூடங்களில் பைசாண்டியன், கிரேக்கம் மற்றும் அர்மீனிய சிறுவர்களைக் கொண்டு வந்து முஸ்லிம்களுக்கு எதிராக அவர்களை வார்த்தெடுக்க வேண்டும். முஸ்லிம் சிறுவர்களிடம் அவர்களின் மூதாதையர்கள் மூடர்கள் என்ற குற்ற உணர்வை ஏற்படுத்த வேண்டும். நமது கல்விக் கூடங்களில் நமது சித்தாந்தத்தின் படி உருவாக்கப்படுகின்ற சிறுவர்களிடம் கலீஃபா, இமாம்கள், அரசியல்வாதிகள் குறித்துத் தவறான கருத்துகளைப் போதிக்க வேண்டும். அவர்களைச் சிற்றின்பவாதிகளாகவும் கலீஃபா தனது நேரங்களை தனது காம இச்சையைத் தணித்து கொள்வதிலேயே இன்பம் காண்ப தாகவும், அவர்கள் மக்களின் சொத்தைத் தவறாகப் பயன்படுத்து கிறார்கள் என்றும், அவர்கள் இறைத்தூதருக்குக் கட்டுப்படாமல் இருப்பதாகவும் அவதூறுகளைப் பரப்ப வேண்டும்.

13. இஸ்லாம் பெண் இனத்தையே வெறுக்கின்றது என்ற மன நிலையை உருவாக்க வேண்டும். இதற்காக ஆண்கள் பெண்களை நிர்வகிக்கக்கூடியவர்கள் என்ற இறைவசனத்தையும் அனைத்து தீமைகளுக்கும் பெண்கள்தான் காரணம் என்ற நபிமொழியை யும் உதாரணமாகக் கூற வேண்டும்.

14. தண்ணீர் பற்றாக்குறைதான் சுகாதார சீர்கேட்டை உருவாக்கும். அதனால் பல்வேறு திட்டங்களைக் கொண்டு வந்து தண்ணீர் சப்ளையை ரத்து செய்ய வேண்டும்.

முஸ்லிம்களின் வலிமையைத் தகர்க்க அந்த ஆவணம் கீழ்க்காணும் யுக்திகளைக் கையாள வலியுறுத்துகிறது:

1. முஸ்லிம்களிடையே இனம், தேசியம் அடிப்படையில் பேரினவாத கருத்தியலை உருவாக்க வேண்டும். இதன் மூலம் முந்தைய இஸ்லாமிய வரலாற்று நினைவுகளிலிருந்து முஸ்லிம் களைப் பின்னிழுக்க வேண்டும். எகிப்தின் பாரம்பரியமான பாரா மன்னர்களின் காலகட்டம், ஈரான் மேகி வம்சம், இராக்கின் பாபிலோனியர்களின் காலகட்டம் போன்ற வரலாற்றின் பக்கம் முஸ்லிம்களை இழுத்து முந்தைய

இனத்தின் பெருமை பேசுபவர்களாக அவர்களை மாற்ற வேண்டும்.

2. கீழே குறிப்பிடப்படுகின்ற கெட்ட பழக்கவழக்கங்களை முஸ்லிம்களிடையே இரகசியமாகவும் வெளிப்படையாகவும் பரவலாக்க வேண்டும்: மது, சூதாட்டம், பாலுறவு, பன்றி இறைச்சி, ஸ்போர்ட்ஸ் கிளப். இதை முஸ்லிம்களிடையே வேகமாகப் பழக்கப்படுத்த முஸ்லிம் நாடுகளில் வசிக்கும் கிறிஸ்தவர்கள், யூதர்கள், மேகியன்ஸ் உள்பட அனைத்து முஸ்லிம் அல்லாதவர்களையும் இதற்குப் பயன்படுத்த வேண்டும். இந்த வேலைகளைத் திறம்பட செய்பவர்களுக்கு காமன்வெல்த் அமைச்சகத்தின் கருவூலத் துறையில் இருந்து அதிக அளவிலான ஊதியத்தைப் பரிசாக அளிக்க வேண்டும்.

3. ஜிஹாத் குறித்த சந்தேகங்களை முஸ்லிம்களிடையே விதைக்க வேண்டும். ஜிஹாத் என்பது தற்காலிகமான கட்டளை என்றும் அது தற்போது காலாவதியாகிவிட்டது என்ற எண்ணத்தையும் முஸ்லிம்களிடையே உருவாக்க வேண்டும்.

4. ஷியாக்களின் மனதில் இருந்து முஸ்லிம் அல்லாதவர்கள் வழிகேடர்கள் என்ற எண்ணத்தை அகற்ற வேண்டும். வேதம் கொடுக்கப்பட்டவர்களின் உணவு உங்களுக்கு அனுமதிக்கப் பட்டுள்ளது; அதேபோன்று உங்களின் உணவும் அவர்களுக்கு அனுமதிக்கப்பட்டுள்ளது என்ற இறைவசனத்தை உதாரண மாகக் கூற வேண்டும். மேலும், இறைத்தூதர் யூத பெண்ணான ஸபியாவையும் கிறிஸ்துவப் பெண்ணான மரியத்தையும் திருமணம் செய்துள்ளார்கள் என்று கூறி இறைத்தூதரின் மனைவியர் வழிகேடர்களாகவா இருந்தார்கள் என்று கேள்வி எழுப்ப வேண்டும்.

5. இஸ்லாம் என்பதற்கு இறைத்தூதர்கள் முழுமையான வாழ்க்கை நெறி என்று கூறியுள்ளனர். எனவே அந்த நெறி என்பது இஸ்லாத்தைப் போலவே கிறிஸ்துவமும் யூத மதமும் ஆகும் என்ற நம்பிக்கையை முஸ்லிம்களிடம் ஏற்படுத்த வேண்டும். இதற்காகக் கீழ்க்காணும் ஆதாரங்களைக் கூற வேண்டும்: இந்த மூன்று சமயத்தைச் சேர்ந்தவர்களையும் இறைவன் முஸ்லிம் என்றுதான் அழைக்கிறான். மேலும், இறைத்தூதர் யூசுப் (ஜோசப்) நான் ஒரு முஸ்லிமாக இருக்கும் போது மரணம் அடையவேண்டும் என்ற இறைவசனத்தையும்,

இறைத்தூதர்கள் இப்ராஹீம் (ஆப்ரஹாம்), இஸ்மாயீல் (இஸ்மவேல்) ஆகியோர் பிரார்த்தனை செய்யும் போது, இறைவனே, எங்கள் இருவரையும் முஸ்லிம் ஆக்குவாயாக. எங்கள் சந்ததியினரிட மிருந்தும் ஒரு கூட்டத்தாரை முஸ்லிம் ஆக்குவாயாக என்ற இறைவசனத்தையும் இறைத்தூதர் யாகூப் தம் பிள்ளைகளிடம் முஸ்லிமாக அன்றி இறந்து விடாதீர்கள் என்று கூறிய வசனத்தையும் ஆதாரமாகக் கூறவேண்டும்.

6. இஸ்லாமிய நாடுகளில் கிறிஸ்தவ ஆலயங்கள் கட்டப்படுவதை இறைத்தூதரும் அவருடைய கலீஃபாக்களும் தடுக்கவில்லை என திரும்பத் திரும்பக் கூறிக்கொண்டே இருக்க வேண்டும். இதை நிரூபிக்க பின்வருகின்ற இறைவசனத்தை ஆதரமாகக் கூற வேண்டும்: இறைவன் சிலரை வைத்துச் சிலரை தடுக்கா விட்டால் ஆசிரமங்களும் கிறிஸ்தவ ஆலயங்களும் யூத கோவில்களும் இறைவனின் திருநாமம் அதிகமாகக் கூறப்படும் பள்ளிவாசல்களும் இடிக்கப்பட்டுப் போயிருக்கும். இந்த இறை வசனத்தின்படி இஸ்லாம் கோவில்களுக்கு மதிப்பளிக் கிறது. அதை மற்றவர்கள் இடிப்பதையும் இஸ்லாம் தடுக்கிறது என்று பிரச்சாரம் செய்ய வேண்டும்.

7. கீழே கூறப்பட்டுள்ள நபிமொழிகள் குறித்து முஸ்லிம்களைக் குழப்ப வேண்டும்: யூதர்களை அரேபிய தீபகற்பத்தில் இருந்து நாடுகடத்த வேண்டும், அரேபிய தீபகற்பத்தில் இரண்டு மதங்கள் ஒன்றாக இருக்க முடியாது என்ற நபிமொழிகள் உண்மையானதாக இருந்தால் யூதப் பெண்ணையும் கிறிஸ்தவ பெண்ணையும் ஏன் இறைத்தூதர் திருமணம் செய்ய வேண்டும். நஜ்ரான் கிறிஸ்தவர்களுடன் ஏன் ஒப்பந்தம் செய்ய வேண்டும்? என்று கூற வேண்டும்.

8. முஸ்லிம்களை அவர்களின் வணக்க வழிபாடுகளில் இருந்து தடுக்கவும் அதில் தள்ளாட்டத்தை ஏற்படுத்தவும் இறைவனுக்கு மனிதர்களுடைய வழிபாடுகளால் எந்தத் தேவையும் இல்லை என்ற கருத்தியலைப் பரவச் செய்ய வேண்டும். அவர்கள் ஹஜ்ஜைப் போன்று அதிகமாக ஒன்றுகூடுகின்ற அனைத்து வழி பாடுகளில் இருந்தும் அவர்களின் கவனத்தைத் திசை திருப்ப வேண்டும். இதே போன்று, பள்ளிகள், வரலாற்று நினை விடங்கள், மதரசாக்கள், கஅபா புனரமைப்பு போன்ற கட்டு மான பணிகளில் இருந்து முஸ்லிம்களைத் தடுக்க வேண்டும்.

ஆலிவர் ஹெம்பர்

9. ஷியாக்களைப் பொறுத்தவரை எதிரிகளிடம் போரிட்டுக் கிடைக்ககூடிய (கனீமத்) பொருள்களில் ஐந்தில் ஒரு பங்கை மார்க்க அறிஞர்களுக்குக் கொடுக்க வேண்டும் என்ற சட்டத்தை அவர்களிடமிருந்து அகற்றுவதற்காக ஐந்தில் ஒரு பங்கு என்பது தூதருக்கோ, கலீஃபாவிற்கோதான் கொடுக்க வேண்டும் உலமாக்களுக்கு அல்ல என்று கூற வேண்டும். உலமாக்களுக்கு ஏற்கனவே வீடுகள், அரண்மனைகள், பழத்தோட்டங்கள் கொடுக்கப்பட்டுள்ளன. இதனால் அவர்களுக்குக் கொடுப்பது தடை செய்யப்பட்டுள்ளது என்று கூற வேண்டும்.

10. இஸ்லாமிய சமய அடிப்படை சித்தாந்தங்களில் எதிர்க் கருத்துக் களை இடை செருகி இஸ்லாம் ஒரு பயங்கரவாத மதமாக இருக்கிறது என்று கூற வேண்டும். முஸ்லிம் நாடுகள் பிற்போக் கானவை என்று கூறுவதன் மூலம் முஸ்லிம்களிடையே குழப்ப மனநிலையை உருவாக்கி இஸ்லாத்தைப் பற்றிப்பிடிப்பதிலிருந்து அவர்களை முடமாக்க வேண்டும்.

11. முக்கிய பணியாக சிறுவர்களை அவர்களுடைய தந்தையர் களிடமிருந்து பிரிக்க வேண்டும். அதன் மூலம் மூதாதையர் களுடைய கல்வி அவர்களுக்குக் கிடைக்காமல் செய்ய வேண்டும். பின்பு, நாம் அவர்களுக்குக் கல்வி கொடுக்க வேண்டும். சிறுவர்களை அவர்களுடைய மூதாதையர்களின் கல்வியி லிருந்து பிரிப்பதன் மூலம் நம்பிக்கை, விசுவாசம் மற்றும் மத அறிஞர்களுடனான தொடர்புகளை விரைவாகவே இழந்து விடுவார்கள்.

12. முஸ்லிம் பெண்களிடையே இருந்து பர்தா முறையை ஒழிக்க வேண்டும். இது இஸ்லாத்தினுடைய நேரடியான கட்டளை இல்லை என்றும் பிற்சேர்க்கையாக இஸ்லாத்தில் இடை செருகப்பட்டது என்றும் கூற வேண்டும். இந்த முறை அப்பாசிய கலீஃபாக்கள் கால கட்டத்தில்தான் இஸ்லாமிய உலகத்திற்குள் வந்தது என்றும் இறைத்தூதரின் மனைவியர் வெளி உலகத் திற்கு வந்து அனைத்து சமூகச் செயல்பாடுகளிலும் கலந்து கொண்டிருக்கிறார்கள் என்று கூறவேண்டும். பர்தாவிலிருந்து அவர்களை விலக்கிய பின்பு இளைஞர்களை வைத்து அவர்களைக் கவர்ந்திழுக்க வேண்டும். இதுதான் இஸ்லாத்தை அழிப்பதற்கு மிகவும் சக்தி வாய்ந்த வழிமுறையாகும். முதலில் முஸ்லிம் பெண்களிடையே நமது பெண்களை நுழைத்து

இந்த வேலையைச் செய்ய வேண்டும். பின்பு, முஸ்லிம் பெண்களே தாமாகவே நமது வலையில் சிக்கிவிடுவார்கள்.

13. பள்ளிவாசல்களின் இமாம்களுக்கும் முஸ்லிம்களுக்குமிடையே பிளவுகளை ஏற்படுத்த இமாம்களின் தவறுகளை அம்பலப் படுத்தி அவர்கள்மீது வெறுப்புணர்வை உருவாக்கி அந்த இமாம்களின் பின்னால் நின்று தொழுவதிலிருந்து முஸ்லிம் களைத் தவிர்ப்பதன் மூலம் முஸ்லிம்களுடைய கூட்டுத் தொழுகை முறைக்கு முடிவு கட்ட வேண்டும்.

14. முஸ்லிம்களின் வரலாற்று நினைவிடங்களை அழிக்க வேண்டும். இந்த முறைகள் இறைத்தூதர் காலத்தில் இருக்கவில்லை எனக் கூற வேண்டும். இறைத்தூதர் மற்றும் கலீஃபாக்கள், தலைவர் களின் நினைவிடங்களுக்கு முஸ்லிம்கள் வருவதைத் தடுக்க வேண்டும்.

15. இறைத்தூதரின் பரம்பரையினர் என்று கூறும் செய்திகள் குறித்து முஸ்லிம்களிடையே சந்தேகத்தை ஏற்படுத்த வேண்டும். கருப்பு, பச்சைநிறத் தலைப்பாகைகள் அணிய வைத்து போலி செய்திகளை உருவாக்கிக் குழப்பத்தை ஏற்படுத்த வேண்டும். இதன் மூலம் செய்திகள் குறித்த அவநம்பிக்கையை முஸ்லிம் களிடையே ஏற்படுத்த வேண்டும். இதனால் இறைத் தூதரின் பரம்பரையின் இருப்புகளைத் துடைத்தெறிய முடியும்.

16. ஷியாக்கள் துக்கம் கொண்டாடுகின்ற பகுதிகளை இடித்துத் தள்ளுவது ஃபர்ள் எனப் பிரச்சாரம் செய்ய வேண்டும். இந்த முறையானது இஸ்லாத்திற்கு எதிரான வழி தவறிய கொள்கை எனக் கூற வேண்டும். இந்தப் பகுதிகளில் முஸ்லிம்கள் கூடுவதைத் தடுக்க வேண்டும். இத்தகைய இடங்களின் உரிமையாளர் களுக்கு வரி விதித்து இதற்குத் தலைமை தாங்குபவர்களின் எண்ணிக்கையைக் குறைக்க வேண்டும்.

17. விடுதலையின் பால் முஸ்லிம்களுக்கு அதிக விருப்பத்தை ஏற்படுத்தி அனைவரும் சுதந்திரமாக தாம் விரும்புவதைச் செய்யலாம் என்ற எண்ணத்தை உருவாக்க வேண்டும். நன்மையை ஏவி தீமையைத் தடுப்பது ஃபர்ள் அல்ல என்ற எண்ணத்தை முஸ்லிம்களிடையே விதைக்க வேண்டும். கூடுதலாக அவர்களிடம் மனமாற்றத்தை ஏற்படுத்த கிறிஸ்தவர் களும் யூதர்களும் அவர்களின் மதங்களைத் தனிப்பட்ட

ரீதியில் பின்பற்றுகிறார்கள். மற்றவர்களுடைய விஷயத்தில் அவர்கள் தலையிடுவதில்லை. நன்மையை ஏவி, தீமையைத் தடுப்பது கலீஃபாவின் வேலை. அதை அனைத்து முஸ்லிம்களும் செய்ய வேண்டியதில்லை என்று கூற வேண்டும்.

18. முஸ்லிம்களின் எண்ணிக்கையைக் கட்டுப்படுத்துவதற்காக பலதார திருமணத்தைத் தடுக்க வேண்டும். திருமணத்திற்காக பல்வேறு கட்டுப்பாடுகளை விதிக்க வேண்டும். அரேபியர் ஈரானியரையோ, ஈரானியர் அரேபியரையோ, துருக்கியர் அரேபியரையோ திருமணம் செய்ய முடியாது என்ற பிரச்சாரத்தைத் தீவிரப்படுத்த வேண்டும்.

19. மாற்று மதத்தினரிடையே செய்கின்ற பிரச்சாரத்தையும் மதமாற்றம் செய்யப்படுவதையும் தடுக்க வேண்டும். இஸ்லாம் அரேபியர்களின் மார்க்கம் என்ற பிரச்சாரத்தைத் தீவிரப்படுத்த வேண்டும்.

20. மதரசா போன்ற சமயப் பாடசாலைகள் அரசின் கட்டுப் பாட்டின் கீழ் இருக்க வேண்டும். தனிநபர்கள் இதேபோன்ற பாட சாலைகளை உருவாக்க அனுமதிக்கக் கூடாது.

21. குர்ஆனின் உண்மைத்தன்மை குறித்த சந்தேகங்களை முஸ்லிம்களின் மனதில் ஏற்படுத்த வேண்டும். திரிபுகள், கூட்டல், குறைபாடுகளுடன் கூடிய குர்ஆன் மொழிபெயர்ப்பு களை உருவாக்க வேண்டும். பின்பு, குர்ஆன் தீட்டுப்பட்டுள்ளது; அதனுடைய படிகள் முரண்பாடானதாக உள்ளன; ஒரு படியில் காணப்படுகின்ற வசனங்கள் அடுத்த படியில் இல்லை என்று பிரச்சாரம் செய்ய வேண்டும். யூதர்கள், கிறிஸ்தவர்கள் மற்றும் அனைத்து முஸ்லிம் அல்லாதோர்களை இழிவுபடுத்தும் வசனங்கள், ஜிஹாத் குறித்த வசனங்கள், நன்மையை ஏவி தீமையைத் தடுக்க வேண்டும் என்பது குறித்த வசனங்களை அழித்துக் குர்ஆனை வெளியிட வேண்டும். குர்ஆனைத் துருக்கி, பாரசீகம், இந்தியன் மொழிகளில் மொழிபெயர்ப்பதன் மூலம் அரபு நாடுகளுக்கு வெளியே அரபு படிக்கப்படுவதைத் தடுக்க முடியும். முஸ்லிம்களிடையே அதிகப் புழக்கத்தில் உள்ள அதான், நமாஸ், துஆ (தொழுகை அழைப்பு, தொழுகை, இறைஞ்சுதல்) போன்றவற்றை அரபியில் சொல்வதிலிருந்து தடுக்க வேண்டும். இதே போன்று நபிமொழிகள் குறித்த சந்தேகத்தை முஸ்லிம்களிடையே ஏற்படுத்த வேண்டும்.

குர்ஆனிய விஷயத்தில் நாம் திட்ட மிட்டுள்ளதைப் போன்று நபிமொழித் தொகுப்புக்களைத் தவறுகள் நிறைந்ததாக மொழிபெயர்க்க வேண்டும்.

எப்படி நாம் இஸ்லாத்தைத் துடைத்தெறியலாம் என்ற ஆவணத்தை நான் படித்து முடித்த போது அதன் முக்கியத்துவத்தை உணர முடிந்தது. நான் மேற்கொள்ள இருக்கும் பணிக்கு இது ஒப்பில்லாத வழிகாட்டியாக இருந்தது. நான் அந்த ஆவணத்தைத் திரும்பக் கொடுத்த போது செயலரிடம் , இந்த ஆவணத்தைப் படிக்கும்போது பெரும் இன்பம் கிடைத்ததாகக் கூறினேன். பின்பு, அவர் கூறினார்: 'இந்தக் களத்தில் நீங்கள் மட்டும் பணியாற்றிக்கொண்டிருக்க வில்லை என்பதை உணர்ந்திருப்பீர்கள். நீங்கள் செய்வதைப் போன்ற வேலைகளைச் செய்ய நம்மிடம் நிறைய பேர் உள்ளனர். நமது அமைச்சகம் ஐந்தாயிரத்துக்கும் மேற்பட்ட மனிதர்களை இந்தப் பணிக்காகப் பயன்படுத்திக் கொண்டிருக்கிறது. இந்த எண்ணிக்கையை ஒரு லட்சமாக உயர்த்த அமைச்சகம் முயற்சி செய்துகொண்டிருக்கிறது. இந்த எண்ணிக்கையை நாம் எட்டும் போது அனைத்து முஸ்லிம்களையும் நமது கட்டுப்பாட்டுக்குள் கொண்டு வந்துவிடலாம். அனைத்து இஸ்லாமிய நாடுகளையும் பிடித்துவிடலாம்.'

சில நாட்கள் கழித்து செயலர் கூறினார்: 'உனக்கு ஒரு நற்செய்தி. இந்தப் பணியைச் செய்து முடிக்க நமது அமைச்சகத்துக்கு ஒரு நூற்றாண்டு காலம் தேவைப்படுகிறது. அந்த மகிழ்ச்சியான நாட்களில் நாம் உயிருடன் இல்லாமல் இருக்கலாம். அந்தப் பலனை நமது தலைமுறைகள் அனுபவிக்கும். 'அடுத்தவர்கள் விதைத்ததை நான் உண்கிறேன். அதனால் அடுத்தவர்களுக்காக நான் விதைக்கிறேன்.' எவ்வளவு அழகான சொல்வழக்கு. பிரிட்டிஷ் அரசு இந்தப் பணியைத் தொடர்ந்து செய்யும் என்றால் நம்மால் அனைத்துக் கிறிஸ்தவர் களையும் மகிழ்விக்க முடியும். மேலும் 12-நூற்றாண்டு வயதான தொல்லையிலிருந்து அவர்களை விடுவிக்க முடியும்.'

மேலும் செயலர் கூறினார்: 'சிலுவை யுத்தங்கள் நூற்றாண்டு களாக நீடித்த பின்பும் எந்தப் பலனும் ஏற்படவில்லை. மங்கோலியர் களாலும் இஸ்லாத்தைத் துடைத்தெறிய முடியவில்லை. இதற்கு காரணம் அவர்களின் பணி அவசரமாகவும் உறுதியான அடிப்படையில் கட்டமைக்கப்படாமலும் இருந்தது. அவர்கள் தங்களின் பகையைக் காட்ட இராணுவ நடவடிக்கையைத் தீர்வாக

எடுத்துக் கொண்டனர். இதனால் சிறிது நாட்களிலேயே அவர்கள் சோர்ந்து போனார்கள். ஆனால் நமது மதிப்புமிக்க நிர்வாகம் இஸ்லாத்தைத் துடைத்தெறிய நீண்ட கால கமுக்கத் திட்டத்துடன் அமைதியாகப் பணியாற்றிக் கொண்டிருக்கிறது. என்றாலும் நாம் கட்டாயம் இராணுவத்தையும் பயன்படுத்த வேண்டும். ஆனால் அது இறுதிக்கட்டமாக இருக்க வேண்டும். நாம் முழுமையாக இஸ்லாத்தைப் புசித்த பின்பு அனைத்துத் திசைகளில் இருந்தும் இஸ்லாத்தைத் தகர்த்து அவர்கள் எழ முடியாத அளவிற்கு அடித்து அவர்கள் நம்முடன் சண்டை போட முடியாத சூழ்நிலையை ஏற்படுத்திய பின்பு நாம் அவர்களுடன் யுத்தம் செய்து அவர்களைத் துடைத்தெறிய வேண்டும்.'

செயலரின் கடைசி வார்த்தைகள் இவ்வாறு இருந்தன: 'இஸ்தான்புல்லில் உள்ள நமது உயர் அதிகாரிகள் மதிநுட்பம் வாய்ந்தவர்களாகவும் திறமையானவர்களாகவும் உள்ளனர். அவர்கள் நமது திட்டத்தை மிக நேர்த்தியுடன் செயல்படுத்திக் கொண்டிருந்தார்கள். அவர்கள் முஸ்லிம்களுடன் இரண்டறக் கலந்து நமது கருத்தியல் ரீதியிலான மாணவர்களை உருவாக்க மதரஸாக்களைத் திறந்து உள்ளனர். அவர்கள் கிறிஸ்தவ ஆலயத்தை எழுப்பிக் கொண்டிருக்கிறார்கள். முஸ்லிம்களிடையே மது, சூதாட்டம், ஒழுங்கீனம் ஆகியவற்றைப் பரப்பி கால்பந்து கிளப்புகள் போன்ற கிளப்புகளை உருவாக்கி முஸ்லிம்களைச் சிறு குழுக்களாகப் பிரித்து வைத்துள்ளனர். இளைஞர்களிடம் இஸ்லாம் குறித்த சந்தேகத்தை விதைத்து வருகின்றனர். அவர்களின் அரசில் முரண்பாடுகளையும் எதிர்ப்பு உணர்வுகளையும் ஏற்படுத்தி உள்ளனர். அனைத்துப் பகுதிகளிலும் கலகங்களைப் பரவலாக்கி உள்ளனர். அரசு நிர்வாகிகள், இயக்குநர்கள், அரசியல்வாதிகளின் வீடுகளில் நமது கிறிஸ்தவப் பெண்களை நிரப்பியது மூலம் அவர்களை நமது கைப்பாவையாக மாற்றி உள்ளனர். இந்தச் செயல்பாடுகளின் மூலம் அவர்களின் பலத்தைத் தகர்த்து, நம்பிக்கையை உடைத்து, அவர்களின் ஒழுக்கத்தைச் சீரழித்து, அவர்களின் ஒற்றுமையையும் தொடர்பியலையும் உடைத்து வருகின்றனர். தற்போது இஸ்லாத்தைத் துடைத்தெறிய உடனே போரில் குதிக்க வேண்டிய தருணம் வந்துகொண்டிருக்கிறது.'

7

சதியின் வெற்றியும் அதிகாரத்தைக் கைப்பற்றுதலும்

அமைச்சகத்தின் முதல் இரகசியத்தை அறிந்து மகிழ்ச்சிகொண்ட எனக்கு இரண்டாவது இரகசியத்தை அறிய அதீத எதிர்பார்ப்புடன் இருந்தேன். செயலர் என்னிடம் வாக்குறுதி அளித்தபடி ஒரு நாள் முழுமையாக இரண்டாவது இரகசியத்தைக் கூறினார். ஒரு நூற்றாண்டுக்குள் இஸ்லாத்தைத் துடைத்தெறிய உயர் அதிகாரிகளுக்காகத் தயார் செய்யப்பட்ட சுமார் ஐம்பது பக்க திட்டங்கள்தான் இரண்டாவது இரகசியம். இந்தத் திட்டம் 14 பிரிவுகளாக இருந்தது. முஸ்லிம்களுடைய கைகளில் இந்த திட்டம் கிடைத்துவிடக் கூடாது என்பதற்காக இது தீவிரமாகப் பாதுகாக்கப்பட்டு வந்தது. அந்த 14 திட்டங்கள் குறித்த விவரம் வருமாறு:

1. புக்காரா, தஜ்கிஸ்தான், அர்மீனியா, குராசான் மற்றும் அதைச் சுற்றி உள்ள பகுதிகளை ஆக்கிரமிப்பதற்காக ரஷ்யாவின் ஜார் மன்னர்களுடன் நாம் உறுதியான ஒப்பந்தங்கள் செய்து கொள்ள வேண்டும். அடுத்ததாக அண்டை நாடான துருக்கியை ஆக்கிரமிப்பதற்காக ரஷ்யாவுடன் உறுதியான ஒப்பந்தத்தை செய்துகொள்ள வேண்டும்.

2. இஸ்லாமிய உலகத்தின் உட்புறப் பகுதியையும் வெளிப்புறப் பகுதியையும் முழுமையாகத் தகர்க்கும் விதமாக பிரான்சுடன் நாம் ஒரு கூட்டு நடவடிக்கையை ஏற்படுத்திக்கொள்ள வேண்டும்.

3. துருக்கி, ஈரானிய அரசுகளிடையே தேசிய, இனவாத முரண்களை ஏற்படுத்தும் நோக்கத்தில் சர்ச்சைகளை ஏற்படுத்த வேண்டும். கூடுதலாக அனைத்து முஸ்லிம் பழங்குடியினர், சமூகப் பிரிவினர், அரசாங்கங்களுக்கிடையே மோதல் போக்கை

ஏற்படுத்த வேண்டும். அனைத்து மதப் பிரிவுகளையும் மீள் உருவாக்கம் செய்து பகையுணர்வை ஏற்படுத்த வேண்டும் -அவற்றில் சில வழமையில் இல்லாவிட்டால்கூட.

4. முஸ்லிம் நாடுகளின் பகுதிகளை முஸ்லிம் அல்லாதவர்களிடம் கொடுக்க வேண்டும். மதீனாவை யூதர்களிடமும், அலெக்சாந்திரியாவைக் கிருத்தவர்களிடமும், இமாராவை சாபியீன்களிடமும், கெர்மான்சாவை நுசைரிய்யா குழுவினரிடமும், மோசூலை யஜீதிகளிடமும், ஈரானிய வளைகுடாவை இந்துக்களிடமும், திரிபோலியை ரூசிஷ்களிடமும், கர்ஸ் பகுதியை அலாவிஷ்களிடமும், மஸ்கத்தை காரிஜியா குழுவினரிடமும் ஒப்படைக்க வேண்டும். அடுத்த கட்டமாக இந்தக் குழுவினருக்கு ஆயுதங்களைக் கொடுப்பதன் மூலம் இஸ்லாமிய உடற்பகுதியில் தைத்திருக்கின்ற முள்களாக இவர்களை உருவாக்க வேண்டும். இஸ்லாம் சீர்குலைந்து அழிந்து போகும்வரை இந்தக் குழுவினரின் பகுதிகளை விரிவுபடுத்திக்கொண்டே இருக்க வேண்டும்.

5. உஸ்மானிய பேரரசுக்குள் சாத்தியப்படக்கூடிய அளவில் சிறு சிறு முரண்படக்கூடிய அரசுகளை உருவாக்கி அவர்களிடையே வேற்றுமை உணர்வை ஏற்படுத்தி மோதல் போக்கை உருவாக்க வேண்டும். இதற்கு உதாரணம் இன்றைய இந்தியா ஆகும். கீழே கூறப்பட்டுள்ள கோட்பாடு மிகவும் புகழ்பெற்றதாகும்: பிரி, அவர்களை நீ ஆளலாம். பிரி, அவர்களை நீ அழிக்கலாம்.

6. இஸ்லாத்தின் உயிரோட்டத்தைச் சிதைப்பதற்காக இஸ்லாத்திற்குள் இடைச்செருகல் மதங்களையும் பிரிவுகளையும் உருவாக்க வேண்டும். நாம் எந்த மக்களிடம் இத்தகைய பிரிவுகளைக் கொண்டு செல்கின்றோமோ அவர்களின் உணர்வுகளுடன் தொடர்புடைய விருப்பங்களுடனும் ரசனைகளுடனும் ஒத்துப்போகக்கூடிய கோட்பாடுகளைக் கண்டுபிடிக்க வேண்டும். ஷியாக்கள் பெரும்பான்மையாக வசிக்கும் நாடுகளில் நான்கு விதமான மதக் கொள்கைகளை நாம் புதிதாகக் கொண்டுவரலாம். முதலாவதாக ஹுஸைனைப் புனிதராகக் கருதுகின்ற மதம்; இரண்டாவதாக ஜாபர் சாதிக்கைப் புனிதராகக் கருதுகின்ற மதம்; மூன்றாவதாக மஹதியைப் புனிதராகக் கருதுகின்ற மதம். நான்காவதாக அலீ ரிதாவைப் புனிதராகக் கருதுகின்ற மதம். முதலாவது கூறப்பட்ட மதத்தைக்

கர்பலாவிலும், இரண்டாவதாகக் கூறப்பட்டதை இஸ்பஹானிலும், மூன்றாவதாகக் கூறப்பட்டதை சமராவிலும், நான்காவதாகக் கூறப்பட்டதை குராசானிலும் கொண்டு வரலாம். இதற்கு அந்தப் பகுதிகள் பொருத்தமானதாக இருக்கும். நான்கு சன்னி மத்ஹபுகளைச் (சிந்தனைப் பள்ளியைச்) சிதைப்பதற்காக நான்கு மத்ஹபுகளையும் நான்கு சமயப் பிரிவுகளாக உருவாக்க வேண்டும். இதன் பிறகு நஜ்தில் உருவாகியுள்ள புதிய சமயப் பிரிவினருக்கும் இவர்களுக்கும் இடையே கடும் கருத்துமோதல்களை உருவாக்க வேண்டும். மேலும், நாம் மத்ஹபுகளின் ஆதார நூல்களை அழித்தொழிக்க வேண்டும். இதனால் இந்த ஒவ்வொரு பிரிவினரும் தாங்கள்தான் உண்மையான முஸ்லிம்கள்; மற்றவர்கள் வழிதவறியவர்கள் என்ற சிந்தனை உருவாகி அவர்களிடையே மோதல் ஏற்பட்டு அவர்களிடையே சண்டைகள் உருவாகி கொலை செய்யக்கூட தலைப்படுவர்.

7. குழப்பம் மற்றும் கலகத்தின் மூலக்காரணியான விபச்சாரம், இயற்கையை மீறிய உடலுறவு, மது, சூதாட்டம் போன்ற பழக்கங்களை முஸ்லிம்களிடையே பரவலாக்க வேண்டும். இந்த நாடுகளில் வசிக்கின்ற முஸ்லிம் அல்லாதவர்களை இந்தத் திட்டத்தை நிறைவேற்றப் பயன்படுத்த வேண்டும். நமது லட்சியத்தை அடைவதற்காக இதைப் போன்று வேலை செய்யும் ஆட்கள் பெருவாரியாகத் தேவைப்படுகிறார்கள்.

8. மோசமான தலைவர்கள் கொடூர சிந்தனைகள் கொண்ட தளபதிகளை முஸ்லிம் உலகில் இருந்து தேர்ந்தெடுத்து அவர்களை நாம் பயிற்றுவித்து இஸ்லாமிய நாடுகளில் அதிகாரத்தில் அமர வைத்துப் புதிய சட்டங்களை நிறைவேற்றி ஷரீஅத் சட்டத்திற்குக் கட்டுப்படுவதில் இருந்து முஸ்லிம் மக்களைத் தடுக்க வேண்டும். இவர்கள் காமன்வெல்த் அமைச்சகத்தின் விருப்பங்களை நிறைவேற்றுபவர்களாக இருக்க வேண்டும். இதற்காக அவர்களுடைய விருப்பங்களை அமைச்சகம் நிறைவேற்றும். இவர்கள் மூலமாக நமது விருப்பங்களைச் சட்டங்களாக முஸ்லிம்களையும் முஸ்லிம் நாடுகளையும் பின்பற்றச் செய்ய முடியும். முஸ்லிம்களிடையே ஷரீஅத்திற்கு கட்டுப்படுவது ஒரு குற்ற உணர்வு போன்ற மனநிலையையும், இறைவனைத் தொழுவது ஒரு பிற்போக்கான செயல் என்ற

மனநிலை ஏற்படுகின்ற சமூக சூழ்நிலையையும் முஸ்லிம் நாடுகளில் ஏற்படுத்த வேண்டும். முஸ்லிம் அல்லாதவர்களை தலைவர்களாகத் தேர்ந்தெடுக்க முஸ்லிம்களை உசுப்பிவிட வேண்டும். இதற்காக இஸ்லாமியக் கருத்தியலாளர்கள் போன்று நமது ஏஜண்டுகளை வேடம் அணியச் செய்து இஸ்லாமியர் களிடையே பிரச்சாரம் செய்ய வைக்க வேண்டும். நமது விருப்பங்களை நிறைவேற்றுவதற்காக அவர்களை உயர்ந்த நிலைக்குக் கொண்டு செல்ல வேண்டும்.

9. அரபு மொழி படிப்பதில் இருந்து முஸ்லிம்களைத் தடுப்பதுதான் உங்களின் சிறந்த வேலை. அரபு மொழிக்குப் பகரமாக பாரசீகம், குர்துஷ், பஸ்தூ ஆகிய மொழிகளைப் பரவலாக்க வேண்டும். வெளிநாட்டு மொழிகளை அரபு நாடுகளில் மறுவுருவாக்கம் செய்ய வேண்டும். குர்ஆன், ஹதீஸ் கலையின் மொழியான இலக்கிய, வாய்மொழி அரபுமொழியை ஒழிப்பதற்காக உள்ளூர் மொழிகளைப் பரவலாக்க வேண்டும்.

10. காமன்வெல்த் அமைச்சகத்தின் விருப்பங்களை நிறைவேற்று வதற்காக அரசியல்வாதிகளைச் சுற்றி நமது ஆட்களை உட்கார வைத்துப் படிப்படியாக அவர்களை சம்பந்தப்பட்ட அரசியல் வாதிகளின் செயலர்களாக மாற்ற வேண்டும். அடிமைகள் வணிகத்தின் மூலம் இந்த வேலையை எளிதாகச் செய்யலாம். இதற்காக நமது உளவாளிகளை முதலில் முறையாகப் பயிற்சி கொடுத்து பின்பு அடிமைகளாகவும் வைப்பாட்டிகளாகவும் அனுப்பி வைக்க வேண்டும். பின்பு அவர்களை அரசியல் வாதிகளின் மக்களுக்கோ, மனைவிகளுக்கோ, அவர்களுடன் நெருங்கிய தொடர்புடையவர்களுக்கோ விற்பனை செய்ய வேண்டும். நாம் விற்பனை செய்கின்ற இந்த அடிமைகள் படிப்படியாக அரசியல்வாதிகளை அணுகி அவர்களின் மணிக்கட்டைச் சுற்றிக் கிடக்கும் செயின் போன்று ஆகிவிடுவார்கள்.

11. மிஷனரி பணிகளைக் கண்டிப்பாக விரிவுபடுத்த வேண்டும். இதற்காக மருத்துவம், பொறியியல், நூலகம் போன்ற துறைகள் உள்பட அனைத்து சமூக மற்றும் தொழில்கள் மூலமாக ஊழியம் செய்யும் ஊழியர்களை ஊடுருவச் செய்ய வேண்டும். ஆலயங்கள், மருத்துவமனைகள், நூலகங்கள், தொண்டு நிறுவனங்கள் ஊடாகப் பிரச்சார, வெளியீட்டு

மையங்களை இஸ்லாமிய நாடுகளில் உருவாக்க வேண்டும். லட்சக்கணக்கான கிறிஸ்தவ நூல்களை இலவசமாக அச்சிட்டு வழங்க வேண்டும். இஸ்லாமிய வரலாறுகளை வெளியிடுவதன் ஊடாகக் கிறிஸ்தவ வரலாறுகளையும் சட்டங்களையும் வெளியிட வேண்டும். தேவாலயங்களிலும், மடாலயங்களிலும் நமது உளவாளிகளை அருட்தந்தையர்களாகவும், அருட்சகோதரிகளாகவும் பணியமர்த்த வேண்டும். கிறிஸ்தவ இயக்கங்களின் தலைவர்களாக அவர்களைப் பயன்படுத்த வேண்டும். இவர்கள் இஸ்லாமிய உலகில் ஏற்படுகின்ற போக்குகள் குறித்து நமக்கு உடனுக்குடன் அறிக்கை தருவர். பேராசிரியர்கள், விஞ்ஞானிகள், ஆய்வாளர்களைக் கொண்டு ஒரு பட்டாளத்தை நாம் உருவாக்க வேண்டும். அவர்கள், இஸ்லாமிய வரலாற்றைத் திரித்து நாசமாக்குவார்கள். முஸ்லிம்களின் அனைத்துப் பழக்க வழக்கங்களையும் படித்து அவர்களின் ஆதார நூல்களை அழித்து இஸ்லாமிய போதனை செய்யப்படுவதையும் தடுப்பார்கள்.

12. இஸ்லாம் குறித்த சந்தேகங்களையும் தயக்கங்களையும் முஸ்லிம் இளைஞர்களிடையே யுவதிகளிடையே ஏற்படுத்த வேண்டும். பயிற்றுவிக்கப்பட்ட நமது உளவாளிகள் மூலம் பள்ளிக்கூடங்கள், நூல்கள், பருவ இதழ்கள், விளையாட்டு கிளப்புகள், வெளியீடுகள், திரைப்படங்கள், தொலைத் தொடர்பு கருவிகள் (தொலைக்காட்சி) ஊடாக முஸ்லிம் இளைஞர்களை ஒழுக்க விழுமியங்களில் இருந்து வழிதவறச் செய்ய வேண்டும். இரகசிய சங்கங்களை உருவாக்கி யூத, கிறிஸ்தவ, முஸ்லிம் அல்லாத இளைஞர்களைப் பயிற்றுவித்து அவர்களை வைத்து முஸ்லிம் இளைஞர்களை வழிபிறழச் செய்ய வேண்டும்.

13. உள்நாட்டுச் சண்டைகளையும் கிளர்ச்சிகளையும் தூண்டி விடவேண்டும். இதன் மூலம் முஸ்லிம்கள் தங்களுக்கிடையே அல்லது முஸ்லிம் அல்லாதவர்களிடையே சண்டையிட்டுத் தங்களது வலுவை இழந்துகொண்டிருப்பர். இதனால் அவர்களிடையே ஒற்றுமைக்கும் வளர்ச்சிக்கும் வழி இல்லாமல் போகும். அவர்களுடைய மூளைத்திறனையும் வருவாய் மூலங்களையும் துடைத்தெறிய வேண்டும். இளைஞர்களையும் துடிப்புடன் இருப்பவர்களையும் ஒழித்துக்கட்ட

வேண்டும். அவர்களின் கட்டமைப்பை பயங்கரவாதம், அராஜக செயல்கள் போன்றவற்றின் மூலமாக சீர்குலைக்க வேண்டும்.

14. எல்லாப் பகுதிகளிலும் அவர்களின் பொருளாதாரத்தைத் தரைமட்டமாக்க வேண்டும். அவர்களின் வருவாய் மூலங்கள், விவசாய பகுதிகளை அழிக்க வேண்டும். நீர்ப்பாசன வழித் தடங்களை அழித்து ஆறுகளை வறண்டு போகச் செய்ய வேண்டும். மேலும் முஸ்லிம்கள் தொழுவதையும், வேலை செய்வதையும் வெறுக்குமாறும், சோம்பல்தனத்தை அவர்களிடையே பரவலாக்கவும் வேண்டும். விளையாட்டு மைதானங்களை சோம்பேறிகளுக்காக உருவாக்க வேண்டும். போதை மருந்துகளையும் மதுவையும் அதில் பரவலாக்க வேண்டும்.

(மேற்கண்ட வழிமுறைகள் வரைபடங்கள், படங்கள், அட்டவணைகள் முலமாக விளக்கமாகக் கூறப்பட்டிருந்தன.)

மிகவும் சிறப்பு வாய்ந்த இந்த ஆவண நகலைத் தந்த செயலருக்கு எனது நன்றியைத் தெரிவித்துக் கொள்கிறேன். ஒரு மாத கால லண்டன் வாசத்திற்கு பின்பு, மீண்டும் இராக் சென்று முஹம்மது நஜ்தியைச் சந்திக்க எனக்கு அமைச்சகத்தில் இருந்து கட்டளை வந்தது.

நான் பணிக்காகப் புறப்படத் தயாரானபோது செயலர் என்னிடம், 'முஹம்மது நஜ்தியை அலட்சியப்படுத்தி விடாதே! நமது உளவாளிகள் இதுவரை கொடுத்த அறிக்கையின்படி, அவர் எளிதாக ஏமாறும் முட்டாளாக உள்ளார். இது நமது வேலைக்கு மிகவும் வசதியான தாகும். அவரிடம் உறுதியாகப் பேசினால் நம்பிவிடுவார். நமது ஏஜண்டுகள் இஸ்பஹானில் வைத்து அவரிடம் உறுதியாகப் பேசிய உடன் அவர் நமது விருப்பத்திற்குத் தலை சாய்த்துவிட்டார். அவர் தமது கொள்கைகளை வெளிப்படுத்தும் போது அரசு மற்றும் மார்க்க அறிஞர்களின் தாக்குதல்களில் இருந்து அவர் தம்மைப் பாதுகாத்துக் கொள்ள அவருக்குத் தேவையான நிதி மற்றும் ஆயுத உதவி செய்து தருவதாக நாம் கூறியதற்கு அவர் சம்மதம் தெரிவித்துள்ளார்.' [1]

[1] இந்த உளவாளிகளை முஸ்லிம் என்று அவர் கருதிக்கொண்டிருந்ததால்தான் அவர்களின் விருப்பங்களுக்கு சம்மதித்தார். (மொ-ர்)

நான் இந்தச் செய்தியைக் கேட்டதும் விண்ணில் பறப்பதைப் போன்று அகமகிழ்ந்துகொண்டேன். பின்பு, நான் என்ன செய்ய வேண்டும் என்று செயலரிடம் கேட்டேன். அவர், 'நஜ்தியை வைத்துச் செய்ய வேண்டிய வேலைகளை அமைச்சகம் ஏற்கனவே பட்டியலிட்டுள்ளது. அவையாவன:

1. அவரை வைத்து அவருடைய கொள்கைகளைப் பின்பற்றாத அனைத்து முஸ்லிம்களையும் காஃபிர்கள் (இறைநிராகரிப் போர்) என ஃபத்வா கொடுக்க வைக்க வேண்டும். மேலும் அவருடைய கொள்கை களைப் பின்பற்றாத முஸ்லிம்களைப் படுகொலை செய்வது, அவர்களின் சொத்துக்களைப் பிடுங்குவது, அவர்களின் மானங்களில் விளையாடுவது ஆகுமாக்கப்பட்டது என்றும் அவர்களுடைய ஆண்களைச் சிறை பிடித்து அடிமைகளாக விற்பனை செய்யலாம் என்றும் அவர்களின் பெண்களை வைப்பாட்டிகளாக வைத்துக் கொள்ளலாம் என்றும் பிரச்சாரம் செய்ய வேண்டும்.

2. அவர் மூலமாக முஸ்லிம்களைக் கலீஃபாவிற்குக் கட்டுப்படுவதில் இருந்து தவிர்க்க வேண்டும். கலீஃபாவுக்கு எதிராக அவரைக் கலகம் செய்யத் தூண்ட வேண்டும். இதற்காக அவரைப் படை திரட்ட வைக்க வேண்டும்.

3. நினைவிடங்கள், கல்லறைகள், புனித இடங்கள் ஆகியவை மாற்று மதப் பழக்கத்திலிருந்து இஸ்லாத்திற்கு வந்தவை; ஆகையால் அவற்றை இடித்துத் தள்ள வேண்டும் என்று பிரச்சாரம் செய்ய வைக்க வேண்டும். மேலும் அவரை வைத்து இறைத்தூதர், நான்கு கலீஃபாக்கள், பிரபல அறிஞர்கள், மத்ஹபுகள் ஆகியோரை அதிகமாக விமர்சிக்கின்ற சூழ்நிலை களை ஏற்படுத்த வேண்டும்.

4. முஸ்லிம் நாடுகளில் கலகம், அடக்குமுறை, வன்முறை ஆகியவற்றைத் தூண்டி விடுபவராக இவரை மாற்ற வேண்டும்.

5. இவரை வைத்து இடைசெருகல் செய்யப்பட்ட குர்ஆன், நபிமொழிப் பிரதிகளை வெளியிட வேண்டும்.

இந்தத் திட்டங்களை விளக்கிய பின்பு செயலர் கூறினார்: 'இந்தப் பெரிய திட்டங்களைக் கண்டு பயந்துவிடாதே. நமது வேலை இஸ்லாத்தை அழிப்பதற்காக விதைகளைத் தூவுவதுதான். நமது சந்ததியினர் இந்தப் பணியை நிறைவு செய்வார்கள். பிரிட்டிஷ்

அரசு ஒரு பழக்கத்தைக் கொண்டுள்ளது. அது என்னவென்றால், அமைதியாக இருந்துகொண்டு சிறிது சிறிதாக முன்னேறிச் செல்வது என்பதுதான். முஸ்லிம்களின் இறைத்தூதர் தனிமனிதனாக இருந்துகொண்டு எவ்வளவு பெரிய சாதனையைப் படைத்துப் பெரும் ஆச்சரியத்தை ஏற்படுத்தியுள்ளார். அதே போன்று நஜ்தியும் நமது விருப்பங்களை நிறைவேற்றி வைப்பார்.'

நான் பஸ்ரா செல்வதற்காக வீட்டிலிருந்து விடை பெற்ற போது எனது மகன் கூறினான்: 'அப்பா சீக்கிரம் திரும்பி வா!' இதைக் கேட்டவுடன் எனது கண்கள் கண்ணீரால் நிறைந்தன. எனது சோகத்தை எனது மனைவியின் முன்னால் மறைக்க முடியவில்லை. களைப்பூட்டுகிற பயணத்திற்குப் பிறகு ஒரு இரவில் பஸ்ராவை அடைந்தேன். அப்துர் ரிதாவின் வீட்டிற்குச் சென்றேன். அவர் தூங்கிக்கொண்டிருந்தார். அவர் எழுந்திருந்து என்னைப் பார்த்த வுடன் மிகவும் மகிழ்ச்சி அடைந்தார். அவர் அகமகிழ்ந்து விருந்தோம்பல் செய்தார். நான் இரவில் அங்கு தங்கினேன். அடுத்த நாள் காலையில் அவர் கூறினார்: 'நஜ்தி என்னைச் சந்தித்து இந்தக் கடிதத்தை உங்களிடம் தரச்சொல்லிக் கொடுத்தார்.'

நான் அந்தக் கடிதத்தைத் திறந்து படித்தேன். அவர் இங்கிருந்து அவருடைய சொந்த பிரதேசமான நஜ்திற்குச் சென்றுவிட்டதாகக் கூறியிருந்தார். அங்குள்ள முகவரியையும் அதில் குறிப்பிட்டிருந்தார். நான் உடனே அங்கு செல்லத் தயார் ஆனேன். கடுமையான பயணத்திற்குப் பின்பு, அங்கு சென்று நஜ்தியை அவருடைய வீட்டில் சந்தித்தேன். அவர் மிகவும் எடை குறைந்து காணப்பட்டார். இது குறித்து அவரிடம் என்னால் எதுவும் கூற முடியவில்லை. பின்பு, அவர் திருமணம் செய்து கொண்டதை அறிந்துகொண்டேன்.

அவர் என்னை அவர் வாங்கிய அடிமையாகப் பிறரிடம் கூற வேண்டும் என முடிவெடுத்தோம். நான் அவருடன் இரண்டு ஆண்டுகள் தங்கியிருந்தேன். எனது தூண்டுதலின் பேரில்தான் அவர் தமது பிரகடனத்தைக் கி.பி.1730ஆம் ஆண்டு வெளிப்படையாக அறிவித்தார். இதைத் தொடர்ந்து நாளுக்கு நாள் அவருடைய பிரச்சாரப் பணி அதிகரிக்க ஆரம்பித்தது. அவருடைய எதிரி களிடமிருந்து அவரைப் பாதுகாப்பதற்காக அவரைச் சுற்றிப் பாதுகாவலர்களை நிற்க வைத்தேன். அவருக்குத் தேவையான பொருள், பணம் ஆகியவற்றை வழங்கினேன். அவரின் பிரச்சாரம் வேகம் எடுக்கவே அவருடைய எதிரிகளின் எண்ணிக்கையும்

அதிகரிக்கத் தொடங்கியது. பல தரப்பில் இருந்தும் எதிர்ப்புகள் கிளம்பியதால் அவர் அவருடைய பிரச்சாரத்தைக் கைவிட நினைப்பார். ஆனால், நான் அவரைத் தனியாக விடாமல் அவருடனே இருந்து அவரை உற்சாகப்படுத்திக்கொண்டே இருந்தேன். நான் அவரிடம் கூறிக்கொண்டிருந்தேன், ‘முஹம்மது நஜ்தி, இறைத்தூதர் உங்களைவிட பல இன்னல்களைச் சந்தித் திருக்கிறார். உங்களுக்குத் தெரியுமா மதிப்பையும் கண்ணியத்தை யும் பெற இதுதான் வழி. பிற புரட்சியாளர்களை ஒப்பிடும்போது உங்களுக்குப் பெரிய இன்னல்கள் ஒன்றும் வரவில்லை.’

எந்த நேரத்திலும் எதிரிகளின் தாக்குதல் அதிகரித்துக்கொண்டே இருந்தது. இதனால் சில உளவாளிகளை அவருடைய எதிரிகளைக் கண்காணிக்க பணி அமர்த்தினேன். எதிரிகள் அவரைத் தாக்க முற்படும்போது உளவாளிகள் எனக்குத் தகவல் தந்துவிடுவார்கள். நான் உடனே தகுந்த நடவடிக்கைகள் எடுத்து விடுவேன். ஒரு தடவை அவருடைய எதிரிகள் அவரைக் கொலை செய்ய திட்டமிட்டு உள்ளதாக தகவல் வந்தது. நான் உடனடியாக இதைத் தடுத்து விட்டேன். இதைப் பார்த்த நஜ்தியின் ஆதரவாளர்கள் எதிரிகளைக் கடுமையாக வெறுக்கத் தொடங்கினர். அவர்கள் விரித்த வலையி லேயே அவர்கள் வீழ்ந்துவிட்டார்கள்.

இரண்டு ஆண்டுகளுக்குப் பிறகு காமன்வெல்த் அமைச்சகம் தெரிய்யாவின் அமீர் முஹம்மது இப்னு சவூது[2] என்பவரை இந்தப் பணியில் எங்களுடன் இணைத்தது. அமைச்சகம் ஒரு செய்தியாளர் மூலமாக இந்தத் தகவலை எனக்குத் தெரிவித்தது. இரண்டு பேருக்கு மிடையே பரஸ்பர பிணைப்பையும் ஒற்றுமையையும் ஏற்படுத்த வேண்டும் என வலியுறுத்தியிருந்தது. முஹம்மது நஜ்தி ஆன்மிக ரீதியாகவும் இப்னு சவூது அரசியல் ரீதியாகவும் முஸ்லிம்களுடைய மனதில் தாக்கத்தை ஏற்படுத்த பிரசாரங்களை மேற்கொண்டோம். அரசியல் சார்ந்த மதக் கோட்பாடுதான் வெற்றி பெற முடியும் என்பது வரலாற்று உண்மையாக உள்ளது. அதற்காகத்தான் இந்த முயற்சி.

எங்களுடைய தொடர் பிரச்சாரத்தின் காரணமாக நாளுக்கு நாள் வலுப்பெற்று வந்தோம். தெரிய்யா நகரத்தை எங்களின் தலை நகராக ஆக்கினோம். எங்களின் புதிய சமயப் பிரிவுக்கு ஒரு

[2] இப்னு சவூதுக்கும்இந்த உளவாளிகளுக்குமிடையே எந்தவித இரகசிய உடன் படிக்கையும் இல்லை. அவர்களை முஸ்லிம்கள் என நம்பி சவூது ஏமாந்து போனார் என்பதுதான் உண்மை. (மொ-ர்)

பெயரும் வைத்தோம். அப்பிரிவின் அரசுக்கு மறைமுகமாக எங்களின் அமைச்சகம் அனைத்து உதவிகளையும் செய்தது. புதிய அரசுக்கு அரபுமொழியில் புலமைவாய்ந்த, பாலைவனப் போர் நுணுக்கங்கள் தெரிந்த 11 பிரிட்டிஷ் உளவாளிகளை அடிமைகள் என்ற போர்வையில் அதிகாரிகளாக உள்ளே நுழைத்தோம். இவர்களைக்கொண்டு எங்களின் திட்டங்களை நடைமுறைப் படுத்தினோம். நாங்கள் தூவிய விதைகளை இரண்டு பேரும் பின்தொடருகின்றனர். நாங்கள் தனியாக இயங்கத் தொடங்கியதைத் தொடர்ந்து அமைச்சகத்தில் இருந்து எந்த உத்தரவுகளும் வரவில்லை.

நாங்கள் எல்லோரும் அரபு பழங்குடியின பெண்களைத் திருமணம் செய்துகொண்டோம். கணவர்களுக்குப் பணிவிடை செய்கின்ற முஸ்லிம் பெண்கள் மூலமாக மிகவும் மகிழ்ச்சியாக இருக்கிறோம். அனைத்தும் நன்றாக சென்றுகொண்டிருக்கிறது. எங்களின் ஆட்சி அதிகாரம் நாளுக்கு நாள் வளர்ந்துகொண்டே செல்கிறது. எங்களின் பணியை நிறைவேற்ற தேவையான அனைத்து விதைகளும் ஏற்கனவே தூவப்பட்டுவிட்டன. பழங்களைச் சுவைக்கத் தயாராகி உள்ளோம்.

பின்னிணைப்பு
இந்தியாவில் பிரிட்டிஷ் பகைமை

முந்தைய இயல்களில் கூறப்பட்டுள்ள பிரிட்டிஷ் உளவாளியின் ஒப்புதல் வாக்குமூலத்தைப் படித்தவர்களுக்கு பிரிட்டிஷார் உலகம் எங்கும் உள்ள முஸ்லிம்கள் குறித்து என்ன நினைக்கிறார்கள் என்ற சித்திரம் கிடைத்திருக்கும். காமன்வெல்த் அமைச்சகத்திலிருந்து உத்தரவைப் பெற்றுக்கொண்டு பிரிட்டிஷ் உளவாளிகள் மற்றும் கிறிஸ்துவ மிஷனரிகள் முஸ்லிம் உலகில் என்ன வேலைகள் எல்லாம் செய்தார்கள் என்பது குறித்து இனி காணலாம்.

பிரிட்டிஷார் மிகவும் கர்வமும் ஆணவமும் உடையவர்களாக உள்ளனர். தங்களுக்கு உயர்ந்த மதிப்பு இருப்பதாகக் கருதிக் கொண்டு அடுத்த நாடுகளையும் அந்த நாட்டு மக்களையும் தங்களின் கட்டுப்பாட்டுக்குள் கொண்டு வரவேண்டும் என நினைக்கிறார்கள்.

பிரிட்டிஷாரின் கூற்றுப்படி உலகத்தில் மூன்று விதமான மனிதர்கள் உள்ளனர். முதல் பிரிவினர் பிரிட்டிஷார். இவர்கள் இறைவன் படைப்பில் மிகவும் மதிப்பு வாய்ந்தவர்கள். இரண்டாவது பிரிவினர் ஐரோப்பிய அமெரிக்க பணக்காரர்கள் மற்றும் அதிகார வர்க்கத்தினர். இவர்கள் பிரிட்ஷாருக்கு அடுத்தபடியாக மதிப்பு வாய்ந்தவர்கள். மூன்றாவது பிரிவினர், பிறப்பிலேயே தாழ்வாகப் பிறந்தவர்கள்; மிருகத்திற்கு ஒப்பானவர்கள்; மதிப்பு பெறுவதற்கு தகுதி படைத்தவர்கள் அல்லர்; சுதந்திரமான நாடுகளில் வாழத் தகுதியற்றவர்கள்; மற்றவர்களின் கட்டுப்பாட்டிற்குக் கீழேதான் இருக்க வேண்டும். குறிப்பாக பிரிட்டிஷாரின் ஆதிக்கத்தின் கீழ் இருக்க வேண்டும்.

பிரிட்டிஷார் எப்போதுமே அவர்களின் காலனிய ஆதிக்கத்தின் கீழ் உள்ள மக்களிடம் இணைந்து வாழமாட்டார்கள். அவர்களின் காலனிகளில் ஆரம்பிக்கப்படுகின்ற கிளப், கேளிக்கைக்கூடங்கள்,

உணவு விடுதிகள், நீச்சல் குளங்கள், கடைகளில்கூட பிரிட்டிஷாருக்கு மட்டும்தான் நுழைய அனுமதி உண்டு. சொந்த மக்களை நுழைய அனுமதிக்க மாட்டார்கள்.

புகழ்பெற்ற பிரஞ்சு எழுத்தாளரான மார்சலீ பெர்னீயோ 20ஆம் நூற்றாண்டின் தொடக்கத்தில் இந்தியாவில் சுற்றுப் பயணம் செய்தது தொடர்பாக *நோட்ஸ் ஆன் மை ட்ராவல் டு இண்டியா* (இந்திய சுற்றுப்பயணம் தொடர்பாக எனது குறிப்புகள்) என்னும் புகழ்பெற்ற நூலில் பின்வருமாறு குறிப்பிடுகிறார்:

> ஐரோப்பிய மக்களிடம் நன்றாக அறிமுகமான ஒரு இந்திய அறிஞரைச் சந்திப்பதற்கு அவரிடம் அனுமதி கேட்டேன். அவர் பிரபலமான சர்வதேசப் பல்கலைக்கழகங்களில் வருகைதரும் பேராசிரியராகவும் இருந்தார். இந்தியாவில் உள்ள ஒரு பிரிட்டிஷ் கிளப்பில் நாங்கள் சந்திக்க திட்டமிட்டோம். ஆனால் பிரிட்டிஷார் அவரை உள்ளே நுழைய அனுமதிக்காமல் அவருடைய புகழுக்கு களங்கத்தையும் ஏற்படுத்தினார்கள். இதன் பிறகு எந்த கிளப்புகளிலும் நான் ஒரு இந்தியரைக்கூட பார்த்தது இல்லை.

பிரிட்டிஷார் பிற மனிதர்களை விலங்குகளைவிட கேவலமாகக் கருதினார்கள். இந்தியா அவர்களுடைய மிகப்பெரிய காலனிய நாடாக இருந்தது. இந்தியாவில் அமிர்தசரஸ் என்ற ஆன்மிக நகரத்தில் இந்துமக்கள் தங்களுடைய மதச் சடங்குகளை நிறைவேற்ற ஒன்றுகூடுவது வழக்கம். அப்போது அங்கு வருகின்ற இந்துக்கள் பிரிட்டிஷ் பெண் ஒருவருக்கு மதிப்பு கொடுக்கவில்லை என குற்றச்சாட்டு எழுந்தது. இதைத் தொடர்ந்து பிரிட்டிஷ் ஜெனரல் டையரிடம் புகார் தெரிவிக்கப்பட்டது. உடனே டையர் சமயச் சடங்குகளில் ஈடுபட்டுக்கொண்டிருந்த இந்து மக்களைச் சுட்டுக் கொல்ல தனது படையினருக்கு உத்தரவிட்டார். இந்தத் தாக்குதலில் 10 நிமிடங்களில் 700 அப்பாவி மக்கள் படுகொலை செய்யப் பட்டார்கள். ஆயிரத்திற்கும் மேற்பட்ட மக்கள் படுகாயமடைந் தனர். இத்தோடு திருப்தி அடையாத ஜெனரல் அந்த மக்களை மூன்று நாள்களுக்கு சிறைபிடித்து விலங்குகளைப் போன்று நடக்க உத்தரவிட்டார். இதைத் தொடர்ந்து இந்தக் கொடூரம் தொடர்பான புகார் இந்திய மக்களால் லண்டனில் உள்ள அமைச்சகத்தில் கொடுக்கப்பட்டது. இதைத் தொடர்ந்து பிரிட்டிஷ் அரசு ஒரு போலி விசாரணைக்கு உத்தரவிட்டது.

இதன்படி, லண்டனில் இருந்து ஒரு விசாரணை அதிகாரி அமிர்தசரஸ் வந்து ஜெனரல் டையரிடம் விசாரணை மேற்கொண்டார். அவர் ஜெனரல் டையரிடம் அப்பாவி மக்கள்மீது தாக்குதல் நடத்த படையினருக்கு உத்தரவிட்டதன் காரணம் என்ன என்று கேட்ட போது டையர் கூறினார்: 'நான் இங்கு தளபதியாக உள்ளேன். நான்தான் இங்கு இராணுவ ரீதியான நடவடிக்கைகள் எடுப்பது குறித்து முடிவெடுக்க அதிகாரம் படைத்தவன். ஆகையால் எனது உரிமையை நிலைநாட்ட நான் உத்தரவிட்டேன்.' எதற்காக இந்த மக்களை விலங்குகளைப் போன்று தவழ்ந்து நடக்க உத்தர விட்டீர்கள் என விசாரணை அதிகாரி கேட்டபோது டையர் கூறினார்: 'சில இந்தியர்கள் தங்களின் கடவுளின் முன்னால் இப்படித்தான் செல்கிறார்கள். அவர்களுக்கு பிரிட்டிஷ் பெண் களும் அவர்களுடைய கடவுள்களைப் போன்று மதிப்புடை யவர்கள் என்பதைப் புரிய வைக்கத்தான் அவர்களின் முன்னால் இவர்களை இவ்வாறு செய்யச் சொன்னேன்.' அதற்கு விசாரணை அதிகாரி தெருக்களில் இவர்கள் நடக்கும் போதுகூட இவ்வாறு செய்யக் கட்டாயப்படுத்துவதாக புகார் உள்ளதே என்று ஞாபகப்படுத்திய போது, ஜெனரல் டையர் கூறினார்: 'இவர்கள் நமது வீடுகளிலும் பிளாட்களில் உள்ள முகடுகளின் நிழலிலும் வசிப்பவர்கள். பிளாட்களில் உள்ளவர்களைப் போன்று நடக்க எவ்வாறு அனுமதிக்க முடியும்.'

இந்த விசாரணை செய்திகளை பிரிட்டிஷ் பத்திரிகைகள் வெளியிட்டு ஜெனரல் டையரை ஹீரோவாக வர்ணித்தது. ஏப்ரல் 13, 1919ஆம் ஆண்டு நடைபெற்ற இந்தச் சம்பவத்தை வரலாற்று ஆய்வாளர்கள் பதிவு செய்து வைத்திருக்கிறார்கள். மிகப்பெரிய மக்கள் போராட்டத்திற்குப் பின்பே ஜெனரல் டையரின் பதவி பறிக்கப் பட்டது. எப்படியென்றாலும், பிரிட்டிஷ் தலைமையகம் டையரின் இந்தச் செயலுக்காக அவரைப் பாராட்டி கவுரவித்தது என்று பார்க்கும்போது பிரிட்டிஷார் மற்ற மக்களை எந்த அடிப்படையில் பார்க்கிறார்கள் என்பது புரியும்.

பிரிட்டிஷ் அரசு தனது காலனிய நாடுகளில் பல்வேறு விதமான நிர்வாக முறையை நடைமுறைப்படுத்தி வருகிறது. வெள்ளையர் களும் ஐரோப்பியர்களும் வசிக்கும் நாடுகளில் ஒரு மாதிரியான முறையும் மற்ற நாடுகளில் வேறு மாதிரியான முறையையும் கையாண்டு வருகிறது.

காலனிய நாடுகளின் விவகாரங்கள் இரண்டு அமைச்சகத்திடம் ஒப்படைக்கப்பட்டிருந்தன. அவை, காமன்வெல்த் அமைச்சகம், இந்திய அமைச்சகம். காமன்வெல்த் அமைச்சகம் காலனிய துறையின் இணைச் செயலாளரின் கீழ் இருந்தது. இந்தச் செயலர் அல்லது அமைச்சரின் கீழ் 2 ஆலோசனைக் குழு உறுப்பினர்களும் 4 உதவியாளர்களும் இருந்தனர். இதில் ஒரு ஆலோசனைக் குழு உறுப்பினர் காமன்வெல்த் பாராளுமன்றத்தின் மூலம் தேர்ந்தெடுக்கப்படுவார். இன்னொரு ஆலோசனைக் குழு உறுப்பினர் மற்றும் 4 உதவியாளர்கள் நிரந்தர ஊழியர்களாக நியமிக்கப்பட்டிருந்தனர். எந்த ஆட்சி மாறினாலும் இவர்களின் அதிகாரம் பறிக்கப்படாது. 4 உதவியாளர்களில் ஒருவர் கனடா, ஆஸ்திரேலியா, மற்றும் சில தீவுகளின் பொறுப்புகளையும், இரண்டாமவர் தென்னாப்ரிக்காவின் பொறுப்பையும் மூன்றாமவர் கிழக்கு மற்றும் மேற்கு ஆப்ரிக்காவின் பொறுப்புகளையும் கடைசியில் உள்ளவர் இந்தியாவின் பொறுப்பையும் கவனித்து வந்தனர்.

இஸ்லாத்திற்கு எதிராக விரோத உணர்வை ஊட்டுதல், சர்வாதிகாரம், ஏமாற்றுவித்தை, நீசத்தனம் ஆகிய முடைநாற்றம் வீசுகின்ற அடித்தளத்தின் கீழ்தான் பிரிட்டிஷ் ஏகாதிபத்தியம் நிலை கொண்டுள்ளது. பிரிட்டிஷ் ஏகாதிபத்திய ஆதிக்கத்தின் கீழ் சூரியன் அஸ்தமிப்பதில்லை என்று தம்பட்டம் அடித்துக்கொள்வார்கள். பிரிட்டிஷ் ஏகாதிபத்தியத்தின் கீழ் கனடா, தென் ஆப்ரிக்கா, பிஜி, பசிபிக் தீவுகள், பப்புவா, டோங்கா, ஆஸ்திரேலியா, பலூசிஸ்தான், பர்மா, ஏடன், சோமாலியா, போர்னியா, புருனே, சரவாக், இந்தியா, பாகிஸ்தான், பங்களாதேஷ், மலேசியா, இந்தோனேசியா, ஹாங்காங், சீனாவின் ஒரு பகுதி, சைப்ரஸ், மால்ட்டா, எகிப்து, சூடான், நைஜீரியா, நைஜர், கென்யா, உகாண்டா, ஜிம்பாவே, ஜாம்பியா, கானா, சியராலோன், தன்சானியா, சிங்கப்பூர் ஆகிய நாடுகள் இருந்தன. இந்த நாடுகள் ஆக்கிரமிப்பின் காரணமாக தங்களது மதம், மொழி, கலாச்சாரம், பழக்கவழக்கங்கள் என அனைத்தையுமே இழந்திருந்தன. மேலும், அவர்களுடைய பொருளாதார அடித்தளங்களையும் வளங்களையும் பிரிட்டிஷார் சுரண்டினர்.

19ஆம் நூற்றாண்டின் இறுதியில் பிரிட்டிஷ் ஏகாதிபத்தியம் உலக நிலப்பரப்பின் நான்கில் ஒரு பகுதியைத் தனது கட்டுப்பாட்டின்

கீழ் கொண்டுவந்திருந்தது. அதே போன்று உலக மக்கள் தொகையில் நான்கில் ஒரு பகுதியினரை அடிமைப்படுத்தி வைத்திருந்தது.

பிரிட்டிஷ் காலனியின் கீழ் இருந்த நாடுகளில் இந்தியா முக்கியத்துவம் வாய்ந்த ஒரு நாடாகும். இந்தியாவின் அப்போதைய 30 கோடி மக்கள்தொகை, வற்றாத இயற்கை வளங்கள் ஆகியவை உலகை அடக்கி ஆள்வதற்கு பிரிட்டிஷ் ஏகாதிபத்தியத்திற்கு மிகவும் பயன்பட்டன. முதல் உலக யுத்தத்தில் மட்டும் பிரிட்டிஷாருக்கு 5 லட்சம் இந்திய மக்களும், 100 கோடி இந்திய ரூபாயும் பயன் பட்டுள்ளது. இந்த வளம் உஸ்மானிய கிலாஃபத்தை வீழ்த்த பிரிட்டிஷாருக்கு மிகவும் பயன்பட்டது. மேலும் பிரிட்டிஷாரின் பிரமாண்டமான தொழில் புரட்சிக்கும், அவர்களின் பொருளாதாரம் மற்றும் நிதிநிலைமையை வளப்படுத்துவதற்கும் இந்தியா மிகப் பெரிய அளவில் பயன்பட்டிருக்கிறது. காலனிய நாடுகளில் இந்தியா முக்கியத்துவம் பெறுவதற்கு இரண்டு காரணங்கள் உள்ளன: முதலாவது, இந்தியாவில் மட்டுமல்லாமல் பிற பகுதிகளிலும் பிரிட்டிஷாரின் சுரண்டலுக்கு எதிராக இந்தியாவில் உள்ள இஸ்லாமியர்கள் தொடர் போராட்டங்களில் ஈடுபட்டு வந்தனர். இரண்டாவதாக இந்தியாவின் இயற்கை வளம்.

இந்தியாவைத் தனது கட்டுப்பாட்டின் கீழ் வைப்பதன் மூலம் இஸ்லாமிய நாடுகளைத் தனது கட்டுப்பாட்டின் கீழ் வைக்க முடியும் என பிரிட்டிஷ் கருதியது. மேலும் இந்தியா வழியாக முஸ்லிம் நாடுகளின் போக்குவரத்தைக் கட்டுப்படுத்த முடியும். மேலும் பகைமை உணர்வை ஊக்குவிப்பதற்கும் இது பயன்பட்டது. உஸ்மானிய கிலாஃபத்திற்கும் ரஷ்யாவிற்கும் இடையே போரை மூட்டிவிட பிரிட்டிஷ் பல்வேறு சதிகளை அரங்கேற்றி வந்தது. அந்த சதியை நிறைவேற்ற இந்தியாவின் உதவி கண்டிப்பாகத் தேவை என்பதை பிரிட்டிஷ் கணக்கிட்டு வைத்திருந்தது.

இந்தியாவின் மலபார் கடற்கரை மண்டலத்திற்கு உள்பட்ட கொல்கத்தா துறைமுகம் பலமுறை ஆக்கிரமிப்புக்கு உட்பட்டுள்ளது. அந்தப் பகுதி மக்கள் போர்த்துக்கீசியர்கள், டச்சு, பிரஞ்சு ஆக்கிரமிப் பாளர்களுக்கு எதிராக இடைவெளி இன்றி தொடர் போராட்டத்தில் ஈடுபட்டுக்கொண்டிருந்தனர். இதன் தொடர்ச்சியாக பிரிட்டிஷா ருடனும் வீரியமான போராட்டத்தில் ஈடுபட்டனர். இது தொடர்பாக இந்தியாவின் தலைசிறந்த அறிஞர் அல்லாமா முஹம்மது ஃபத்ல்-இ-ஹக் ஹைர்-அப்தி எழுதிய *அஸ்ஸவ்ரத்துல் ஹிந்தியா*

(இந்தியப் புரட்சி) என்னும் நூலில் தெளிவாகக் குறிப்பிடப் பட்டுள்ளது. கி.பி.1600வது ஆண்டில் கொல்கத்தாவில் பிரிட்டிஷாரின் வணிக மையத்திற்கு அப்போதைய ஆட்சியாளர் அக்பர் ஷா அனுமதி அளித்தார். அதே ஆண்டில் எலிசபத் ராணி ஒரு கிழக்கிந்திய கம்பெனிக்கான அடித்தளத்திற்கு வித்திட்டார். இதைத் தொடர்ந்து அவர் இந்தியாவில் பிரிட்டிஷின் ஆதிக்கத் திற்காக இராணுவ, பொருளாதார ஏற்பாடுகளுக்கு உத்தரவிட்டார்.

பிறகு ஷா-ஏ-ஆலம் ஆட்சிக் காலத்தின் போது கொல்கத்தாவில் பிரிட்டிஷார் நிலம் வாங்கினர். பின்பு நிலத்தைப் பாதுகாக்கிறோம் என்ற போர்வையில் பிரிட்டிஷ் இராணுவத்தைக் கொல்கத்தாவிற்கு கொண்டு வந்தனர். அக்பர் ஷா மத விவகாரங்களில் மிகவும் பின் தங்கியவராக இருந்தார். அவர் அனைத்து மதங்களும் ஒன்று என பிரச்சாரம் செய்துவந்தார். அவர் அனைத்து மதங்களையும் ஒருங்கிணைத்து புதிதாக தீனுல் இலாஹி என்ற புதிய மதத்தைக் கி.பி.1582ஆம் ஆண்டு உருவாக்கி இருந்தார். இது முதற்கொண்டு அவர் மரணம் அடையும்வரை அவருடைய ஆளுமையின் கீழ் இருந்த மார்க்க அறிஞர்களின் எண்ணிக்கையை வேகமாகக் குறைத்தார். அவருடைய புதிய மதத்தைப் பரப்ப அனைத்து முயற்சிகளும் எடுத்துக்கொண்டார். இந்தக் காலகட்டத்தில் தான் பிரிட்டிஷார் இந்தியாவிற்குள் எளிதாகத் தங்களின் ஆதிக்கத்தை நிலைநிறுத்திக் கொண்டனர்.

1714ஆம் ஆண்டு சுல்தான் பரூக் ஷெர்ஷாவிற்கு பிரிட்டிஷார் மருத்துவ சிகிச்சை செய்து அவருடைய நோயைக் குணப்படுத்தினர். இதைத் தொடர்ந்து பிரிட்டிஷாருக்கு விருப்பமான இடத்தில் நிலம் வாங்க அவர் அனுமதி கொடுத்தார். பிறகு 1760ஆம் ஆண்டு ஷா-ஏ-ஆலம் ஆட்சியின் போது பிரிட்டிஷாருக்கு அனைத்து அனுமதியும் கொடுக்கப்பட்டதைத் தொடர்ந்து வங்காளம் முதல் மத்திய இந்தியா, ராஜஸ்தான்வரை பிரிட்டிஷாரின் ஆதிக்கம் வலுவாக வேரூன்றப்பட்டது. கி.பி.1803ஆம் ஆண்டு இரண்டாம் ஷா-ஏ-ஆலமை முழுமையாகத் தனது கைப்பாவையாக மாற்றியது பிரிட்டிஷ் ஏகாதிபத்தியம். ஷா-வின் ஆட்சிக்கு இணையாக பிரிட்டிஷ் கவர்னர் ஜெனரலின் ஆட்சி வலுவாக வேரூன்றப்பட்டது. பிரிட்டிஷார் இந்தியா நாணயங்களி லிருந்து இந்திய முஸ்லிம் ஆட்சியாளர்களின் முத்திரையை அழித்தனர்.

1837ஆம் ஆண்டு இரண்டாம் பகதூர் ஷா ஆட்சிக்கு வந்த பிறகு பிரிட்டிஷ் ஏகாதிபத்தியத்தின் இருப்பு கேள்விக்குறியாக்கப் பட்டது. அவர் பிரிட்டிஷ் ஏகாதிபத்தியத்திற்கு எதிராக 1857ஆம் ஆண்டு வலுவான போராட்டத்தைத் தொடங்கி வைத்தார். இவருடைய ஆட்சிக் காலத்தில் நாணயங்களில் இவருடைய முத்திரை பதியப்பட்டது. மேலும் புரட்சியைத் தூண்டும் விதத்தில் வெள்ளிக்கிழமை (ஜுும் ஆ) உரைகள் தயார் செய்யப் பட்டன. இது பிரிட்டிஷாருக்குப் பெரும் ஆத்திரத்தை ஏற்படுத்தியது. டெல்லியில் நுழைந்த பிரிட்டிஷ் இராணுவம் மிகப்பெரிய அளவில் முஸ்லிம்களுக்கு எதிராகத் தாக்குதல்களை அரங்கேற்றியது. முஸ்லிம் குழந்தைகள், பெண்கள், முதியவர்கள் என்று எந்தப் பாகுபாடும் இல்லாமல் அவர்கள் கொல்லப்பட்டார்கள். அவர்களுடைய நீர் ஆதார வழித் தடங்களையும் நாசப்படுத்தினர். இதனால் பகதூர் ஷாவின் படை திக்குமுக்காடியது.

இதைத் தொடர்ந்து யுத்தத்தை நிறுத்த மன்னர் இரண்டாம் பகதூர் ஷா தமது இராணுவத்திற்கு உத்தரவிட்டார். பகதூர் ஷாவின் படையில் இருந்த பிரிட்டிஷாரின் கைக்கூலியான மிர்ஸா இலாஹி பக்ஷி என்ற இராணுவத் தளபதி பகதூர் ஷாவை பிரிட்டிஷிடம் சரணடைய வற்புறுத்தினார். இதைத் தொடர்ந்து பகதூர் ஷா தமது இராணுவத்துடன் ஹுமாயூன் ஷாவின் நினை விடத்தில் தஞ்சம் புகுந்தார். இந்த யுத்தத்தின் இறுதியில் பகதூர் ஷாவும் அவருடைய குடும்பத்தினரும் மிகக் கொடூரமான முறையில் கொலை செய்யப்பட்டனர்.

1877ஆம் ஆண்டு உஸ்மானிய பேரரசுக்கும் ரஷ்யாவிற்கும் இடையே போர் மூண்டது. இந்தத் தருணத்தைப் பயன்படுத்திக் கொண்ட பிரிட்டிஷ் ஏகாதிபத்தியம் இந்தியாவைத் தனது காலனிய நாடாக அறிவித்தது. இந்தப் போர் மூளுவதற்கு முக்கியக் காரணம் மிதாத் பாஷா. அவர் கிறிஸ்துவர்களின் இரகசிய அமைப்பான ஸ்காட்ஸ் மாசோனிக் லாட்ஜில் பதிவு செய்யப்பட்ட ஓர் உறுப்பினர் . இவர் இஸ்லாமிய மார்க்கத்தில் பலத்த சேதங்களை ஏற்படுத்த பல்வேறு முயற்சிகளை மேற்கொண்டிருக்கிறார். உஸ்மானிய பேரரசின் நிர்வாகத்தில் முக்கிய பொறுப்புகளில் கொள்கை வகுப்பாளர்களாக பிரிட்டிஷாரால் பயிற்றுவிக்கப் பட்டவர்களை நூதனமாக உள்ளே நுழைத்தார்கள். இந்தக் கருத்தியலாளர்கள் உஸ்மானிய பேரரசின் பெயரில் இயங்கினாலும்

அவர்களின் செயல்முறை அனைத்துமே பிரிட்டிஷாரின் கொள்கை யாக இருந்தது. இவர்களில் முஸ்தபா ரஷீத் பாஷா என்பவர் முக்கியமானவர். இவர் டெல்லியில் நடந்த முஸ்லிம்களுக்கு எதிரான படுகொலைக்காக அப்போதைய தலைமை வைஸ்ராயைப் பாராட்டினார் என்பது குறிப்பிடத்தக்கது. பிரிட்டிஷ் இராணுவத்தினர் இந்திய முஸ்லிம்களை ஒடுக்க எகிப்து வழியாக இந்தியா வருவதற்கு எகிப்திலிருந்த ஒரு மாசோனிக் ஏஜெண்ட் மூலமாக அனுமதி பெறப்பட்டது.

பிரிட்டிஷார் இந்திய முஸ்லிம்களின் எதிர்ப்புணர்வைக் கட்டுப் படுத்துவதற்காக அனைத்து முக்கிய மதரஸாக்கள், அதை யொட்டிய கல்வி நிறுவனங்கள் அனைத்தும் மூடப்பட்டன. மேலும், மக்களை வழி நடத்திய இமாம்களை அவர்கள் கொலை செய்தார்கள். பானிபட் என்ற பகுதியில் மதரசாவுடன் இருந்த பள்ளிக்கூடம் மூடப்பட்டிருக்கும் காட்சியை இப்போது சென்றாலும் பார்க்கலாம். அந்தப் பகுதியில் இந்து அடிப்படைவாதிகளை முஸ்லிம்களுக்கு எதிராக பிரிட்டிஷார் திருப்பியதைத் தொடர்ந்து இந்து பயங்கரவாதிகள் முஸ்லிம்களைப் படுகொலை செய்த கோர சம்பவத்திற்குப் பின்பு பூட்டப்பட்ட அந்தக் கல்வி நிறுவனம் தற்போதும் திறக்கப்படாமல் வரலாற்று சாட்சியாக உள்ளது.

இஸ்லாமிய நாடுகளில் முஸ்லிம்கள் இஸ்லாமிய வாழ்வியல் முறையில் இருந்து திசை திரும்ப வேண்டும் என்ற நோக்கத்தில் இளைஞர்களை இஸ்லாமிய கலாச்சாரத்தில் இருந்தும் இஸ்லாமிய வாழ்வியல் முறையில் இருந்தும் வெகு தூரத்திற்கு கொண்டு சென்றனர்.

பிரிட்டிஷ் கல்வியாளர் மெக்காலே 1834ஆம் ஆண்டு கொல்கத்தா வந்தவுடன் அனைத்து விதமான அரபு, பாரசீகம் போன்ற மொழியிலுள்ள வெளியீடுகளுக்குத் தடைவிதித்தார். இதே போன்ற ஒடுக்குமுறை இந்தியா முழுவதும் நடைமுறைப்படுத்தப் பட்டிருந்தாலும் குறிப்பாக முஸ்லிம்கள் அதிகமாக வசித்த வங்காள பகுதியில் வேகமாக ஊக்கப்படுத்தப்பட்டன. ஒருபுறம் இஸ்லாமியக் கல்விக்கூடங்களை மூடிக்கொண்டிருந்த பிரிட்டிஷ் அரசு மறுபுறம் பிரிட்டிஷ் கலாச்சாரத்தை ஊக்கப்படுத்துவதற்காக 165 கல்லூரிகளைத் திறந்தது. இதில் 8 கல்லூரிகள் பெண்களுக்காக திறக்கப்பட்டன. இந்தக் கல்லூரியில் பயிலும் மாணவர்கள் அவர்களுடைய மூதாதையரின் மதம் மூடநம்பிக்கை நிறைந்த

தாகவும் தீங்கான ஒன்றாகவும் மூளைச்சலவை செய்யப்பட்டனர். மூன்றில் ஒரு பங்கு சொந்த நாட்டுமக்களை மூளைச்சலவை செய்து தங்களின் இராணுவத்தில் இணைத்துக் கொண்டனர்.

பிரிட்டிஷாரின் ஆதிக்கம் இந்தியாவில் பலம் பெறுவதற்கு முன்பு முஸ்லிம்களின் மத நம்பிக்கைகளுக்கு மதிப்பளிப்பவர்களாக பிரிட்டிஷார் இருந்தனர். முஸ்லிம்களின் பண்டிகைகளின் போது பீரங்கி குண்டுகளை முழங்கி அவர்கள் கொண்டாட்டத்திற்கு ஆதரவு தெரிவிப்பவர்களாக இருந்தனர். பள்ளிவாசல்கள், புனித ஸ்தலங்கள், நினைவிடங்கள், மதரசாக்கள் புனரமைப்புகளில் முஸ்லிம்களுக்கு ஒத்துழைப்பு கொடுப்பவர்களாக பிரிட்டிஷார் இருந்தனர். 1833, 1838ஆம் ஆண்டுகளில் இங்கிலாந்தில் இருந்து வந்த கண்டிப்பான உத்தரவுகளைத் தொடர்ந்து அவர்களின் செயல்பாடுகள் மாற ஆரம்பித்தன. இந்தச் செயல்பாடுகள் மூலம் பிரிட்டிஷாரின் இரட்டைமுகம் தெளிவானது. முஸ்லிம்களின் மீதான தாக்குதல் விஷயத்தில் பிரிட்டிஷார் கடைப்பிடித்த கொள்கை என்னவென்றால் முஸ்லிம்களை நேசித்து இஸ்லாத்திற்குப் பணி புரிவதாக உலக முஸ்லிம்களிடம் தம்பட்டம் அடித்துக்கொண்டு மறுபுறம் தங்களின் நோக்கத்தை அடைந்த உடன் முஸ்லிம்களின் கருத்தியல் ஆதார நூல்கள், கல்வி மையங்கள், அறிஞர்களைத் துடைத்தெறியும் வேலையைப் படிப்படியாக வஞ்சகமான முறையில் செய்து வந்தனர். இதன்மூலம் முஸ்லிம்களுக்குப் பல்வேறு தீங்குகள் ஏற்பட்டன.

பின்னர் ஆங்கிலத்தை அரசு மொழியாக்கி உள்நாட்டுக் குடிமக்களை மூளைச்சலவை செய்து புதிய தலைமுறை ஒன்றை உருவாக்கி வந்தனர். இதற்காகப் பல்வேறு கல்வி நிறுவனங்களைத் திறந்தனர்.

பிறப்பிலும் நிறத்திலும் இந்தியர்களாகவும் விருப்பம், எண்ணம் நம்பிக்கை, அறவிழுமியங்கள், சிந்தனை ஆகியவற்றில் பிரிட்டிஷாராகவும் உள்ள ஒரு பிரிட்டன் தேசத்தை இந்தியாவில் உருவாக்க மெக்காலே தமது பெரும்பான்மையான ஆற்றலையும் உழைப்பையும் செலவழித்தார். இவர்களால் உருவாக்கப்பட்ட கல்விக் கூடங்களில் ஆங்கிலம், இலக்கியம், கிறிஸ்தவம் ஆகியவை போதிப்பதற்காக அதிகமான நேரமும் கவனமும் தரப்பட்டன. அறிவியல் ரீதியான பாடங்கள் ஒதுக்கித் தள்ளப்பட்டன. இந்த பிரித்தானிய மைய மாக்கப்பட்ட பிள்ளைகள் படிப்பிற்கு பின்பு ஆட்சிப் பணியில் அமர்த்தப்பட்டனர்.

பிரஞ்சு எழுத்தாளர் மார்சலி பெர்மே 1925ஆம் ஆண்டு தமது இந்திய சுற்றுப்பயணம் குறித்து தமது நூலில் குறிப்பிடும்போது, இந்தியாவின் முதன்மை நகரமான கொல்கத்தாவில் மனிதர்களும் விலங்குகளும் ஒரே இருப்பிடத்தில் வசித்து வந்தனர் என்றும் பசியினால் குழந்தைகள் அழும் சப்தம் நோய்வாய்ப்பட்டவர்களின் முனகல்கள் கேட்டுக்கொண்டே இருந்தன என்றும் குறிப்பிட்டிருந்தார். மேலும், அப்பகுதி மக்கள் தொடர்ச்சியாக போதைப்பொருள்களைப் பயன்படுத்தி வந்ததால் இறந்த மனிதர்களுக்கும் உயிரோடு உள்ள மனிதர்களுக்கும் வித்தியாசம் தெரியாமல் இருந்தது. மிகக் கொடூரமான முறையில் வறுமை, பசி, பட்டினி அந்த மக்களை வாட்டிக்கொண்டிருந்ததாகக் குறிப்பிட்டுள்ளார்.

மேலும் அவர் குறிப்பிடும்போது, அங்குள்ள தொழிற்சாலைகளின் முன்பு வேலைக்காக மக்கள் கூட்டம் அதிகரித்துக் காணப்பட்டது. அவர்களின் உழைப்புகள் சுரண்டப்பட்டனவே தவிர அவர்களின் உடல்நிலை மிகவும் மோசமாக இருந்தது. தொழிலாளர்களின் சாவுகளைப் பற்றிக் கவலை கொள்ளாத பிரிட்டிஷ் அரசு உற்பத்தியை அதிகரித்து அதிகப்படியான பணத்தைச் சம்பாதிப்பதில்தான் குறியாக இருந்தது.

முன்னாள் அமெரிக்க வெளியுறவுத்துறைச் செயலர் வில்லியம்ஸ் ஜென்னிங்ஸ் ப்ரயான், பிரிட்டிஷ் அரசு ரஷ்யாவைவிட மிகவும் கொடூரமானது என தனது *பிரிட்டிஸ் டொமினேசன் இன் இண்டியா* (இந்தியாவின் மீதான பிரிட்டிஷ் ஆதிக்கம்) என்னும் நூலில் குறிப்பிட்டுள்ளார். அவர் அந்த நூலில் கூறியுள்ளதாவது: 'இலட்சக் கணக்கான இந்திய மக்களைக் கல்லறைக்கு அனுப்பிவிட்டு பிரிட்டிஷ் ஏகாதிபத்தியம் இந்திய மக்களுக்கு வளமான வாழ்க்கை கொடுத்ததாகத் தம்பட்டம் அடித்துக்கொண்டிருந்தது. தனது அரசியல் இலாபத்திற்காக இந்திய வளங்களை பிரிட்டிஷ் ஏகாதிபத்தியம் கொள்ளையடித்துக் கொண்டிருந்தது. அவர்களைக் கொள்ளையர்கள் என்று கூறுவதுதான் சரியான வார்த்தையாக இருக்க முடியும்.'

லைஃப் ஆஃப் தி இண்டியன் (இந்திய மக்களின் வாழ்க்கைமுறை) என்னும் நூலில் ஹாட்பெர்ட் காம்ப்டன் கூறியிருப்பதாவது: 'இந்திய மக்கள் உடலை இழந்து இறக்கும்வரை பிரிட்டிஷாருக்கு வேலை செய்யக் கட்டாயப் படுத்தப்பட்டார்கள்.'

பிரிட்டிஷ் காலனியாதிக்கத்தின் கீழ் முஸ்லிம்களின் நிலை மிகவும் மோசமாக இருந்தது. 1884 முதற்கொண்டு பிரிட்டிஷ் தொழிலதிபர்கள் தங்களின் தொழிற்சாலைகளில் ஆப்ரிக்கா அடிமைகளுக்குப் பதிலாக இந்திய மக்களைப் பயன்படுத்த ஆரம்பித்தனர். ஆயிரக்கணக்கான இந்திய மக்கள் தென்னாப்ரிக்கா காலனிக்கு கொத்தடிமைகளாக அனுப்பப்பட்டனர். இவர்கள் கூலி என அழைக்கப்பட்டனர். இவர்கள் அடிமைகளைவிட மிகவும் கொடூரமாக நடத்தப்பட்டனர். இந்திய மக்கள் 5 ஆண்டு காலத்திற்கு ஒப்பந்தத் தொழிலாளர்களாக தென் ஆப்ரிக்காவுக்கு அழைத்துச் செல்லப்பட்டனர். இந்த 5 ஆண்டு காலங்களுக்கு அவர்களுக்கு விடுமுறை கிடையாது. திருமணம் செய்ய முடியாது. இரவு பகல் என்று பாராமல் முழுமையாக உழைக்க வேண்டி இருந்தது. இவர்களுக்கு ஆண்டுடிற்கு மூன்று தங்க நாணயங்கள் பரிசாக வழங்கப்பட்டன.

இந்தியாவின் தேசப் பிதா என்று அழைக்கப்படும் மகாத்மா காந்தி தென்னாப்ரிக்காவில் இந்திய தொழிலாளர்களுக்கு எதிரான கொடூரத்தை நேரடியாகப் பார்த்ததைத் தொடர்ந்துதான் தமது சுதந்திரப் போராட்டத்தைத் தொடங்கினார்.

முஸ்லிம்கள் அதிகமாக வசிக்கும் நாடுகளில் பிரிட்டிஷ் மூன்று கோஷங்களைக் கொள்கைகளாக வைத்திருந்தது: ‘பிரி, அதிகாரம் செய், அவர்களின் மத நம்பிக்கையைத் தகர்’ என்பதுதான் அந்த கோஷங்கள். அவர்கள் இந்தக் கொள்கையை முழுமைப் படுத்துவதற்காக அனைத்து விதமான செயல்பாடுகளிலும் தயக்கம் இல்லாமல் இறங்கினர்.

அவர்கள் முதன் முதலாக அவர்களுக்கு சேவகம் செய்யக்கூடிய இந்தியர்களைக் கண்டுபிடிக்கத் தொடங்கினர். அவர்களை வைத்து சிறிது சிறிதாகப் பொறிகளைத் தட்டிவிட்டனர். முஸ்லிம்களின் ஆதிக்கத்தின் கீழ் உள்ள இந்து மக்களிடம் முதன் முதலாக இந்தப் பிரிவினை சதியைத் தொடங்கினர். அதற்காகத் தங்களின் கைப்பாவைகளான இந்தியர்களைப் பயன்படுத்திக்கொண்டனர். முஸ்லிம் மன்னர்களின் கீழ் அமைதியாக வாழ்ந்துகொண்டிருந்த இந்து மக்களிடம் சென்று இந்துக்கள்தான் இந்த நாட்டின் சொந்தக்காரர்கள் என்றும் முஸ்லிம் மன்னர்கள் இந்துக் கடவுள்களைத் தங்களின் சமய நோக்கத்திற்காகத் தகர்த்தனர் என்றும் கட்டுக் கதைகளை அவிழ்த்துவிட்டனர். இதைத் தொடர்ந்து இந்துக்கள்

முஸ்லிம்களிடமிருந்து பிரிந்து பிரிட்டிஷாரிடம் கைகோர்க்க ஆரம்பித்தனர். இதற்காகக் கூலிப்படையினரை பிரிட்டிஷார் உருவாக்கி வைத்திருந்தனர். இந்துக்களின் அறிவின்மை மற்றும் பிரிட்டிஷாரின் இஸ்லாமிய விரோதப் போக்கை எலிசபத் ராணி அதிக பணத்தைச் செலவிட்டு ஒருங்கிணைத்தார். முஸ்லிம் ஆளுநர்களுக்கும் இந்து மகாராஜாக்களுக்குமிடையே பகைமை யைத் தூண்டிவிட்டனர். இதே போன்று முஸ்லிம்களுக்கிடையே நம்பிக்கை குறைவாக உள்ள சிலரை பிரிட்டிஷார் விலைக்கு வாங்கிக்கொண்டனர்.

சர் லார்டு ஸ்ராஷே என்பவரைத்தான் முஸ்லிம்-இந்துக் களிடையே பகையை ஏற்படுத்த பிரிட்டிஷ் ஏகாதிபத்தியம் பயன்படுத்தியது. இவர் முஸ்லிம்-இந்துக்கள் இடையே பகையை ஏற்படுத்த இருதரப்பிலும் இயக்கங்களைத் தொடர்ந்து ஊக்கு வித்தார். இதன்மூலம் முஸ்லிம்-இந்துக்களிடையே கலவரங் களை ஏற்படுத்தி முஸ்லிம்களை அதிகமாகப் படுகொலை செய்ய இந்துக்களைத் தூண்டி விட்டார். இதைத் தொடர்ந்து இவருடைய தூண்டுதலின் அடிப்படையில் கி.பி.1750 முதல் கி.பி.1870 வரை பல்வேறு கலவரங்கள் அரங்கேற்றப்பட்டன.

இந்து-முஸ்லிம் கலவரங்கள்1858வது ஆண்டு முதல் வேகமாகப் பரவ ஆரம்பித்தன. பிரிட்டிஷார் முஸ்லிம்களுக்கு எதிராக இந்துக்களைத் தூண்டிவிட்டுக் கலவரத்தை ஏற்படுத்தி அதை அரியணையில் இருந்துகொண்டு மகிழ்ச்சியுடன் ரசித்துக் கொண்டிருந்தனர். கலவரத்தை ஏற்படுத்துவதற்காக பசுக்களைக் கொல்வது உள்பட பல்வேறு சதிகளை அரங்கேற்றிக் கலவரத்தை உருவாக்கிக் கொண்டிருந்தனர். கலவரம் ஏற்படாத வருடங்களே இல்லை என்று கூறும் அளவிற்கு கலவரங்கள் நடந்துகொண்டு இருந்தன.

ஒரு குர்பானி (பக்ரீத்) நிகழ்ச்சியின் போது தாடி, தலைப் பாகையுடன் வந்த இரண்டு பேர் நீளமான கயிறு கட்டி, பசு ஒன்றைக் குர்பானி கொடுப்பதற்காக வந்துகொண்டிருந்தனர். அவர்கள் இந்து குடியிருப்பை நெருங்கிய போது இந்துக்கள் பிரச்சினை செய்ய ஆரம்பித்தனர். இந்துக்கள் ‘நமது தெய்வத்தைக் கொல்ல கொண்டு செல்கிறார்கள்’ என்றும், முஸ்லிம்கள், ‘குர்பானி செய்யவிடாமல் தடுக்கிறார்கள்’ என்றும் சப்தம் போட ஆரம் பித்தனர். உடனடியாக அப்பகுதியில் கூடிய இந்துக்களும்

முஸ்லிம்களும் கத்தி அரிவாள் போன்ற ஆயுதங்களால் ஒருவரை யொருவர் தாக்க ஆரம்பித்தனர். இதில் நூறுக்கும் மேற்பட்ட முஸ்லிம்கள் கொல்லப்பட்டனர். பசுவை அறுக்கக் கொண்டு வந்தவர்கள் பிரச்சினை ஆரம்பித்தவுடன் மாயமாகி பிரிட்டிஷ் அலுவலகத்திற்குச் சென்றுவிட்டனர். இந்தக் கலவரத்தை நிகழ்த்தியது பிரிட்டிஷ்தான் என்பதை ஆதாரபூர்வமாக ஈரானில் உள்ள *இத்திலாத்* என்ற பத்திரிகை வெளியே கொண்டுவந்தது.

பிறகு வந்த காலகட்டங்களில் பிரிட்டிஷாருக்கு எதிராக இந்துக்கள் இறங்கியவுடன் முஸ்லிம்களைத் தங்களுக்கு சாதகமாக பிரிட்டிஷ் ஏகாதிபத்தியம் பயன்படுத்த ஆரம்பித்தது.

முஸ்லிம்களிடையே பிளவுகளை ஏற்படுத்துவதற்காகப் பல்வேறு இஸ்லாமிய மார்க்க அறிஞர்களை வைத்து இஸ்லாத்தில் பல்வேறு பிரிவுகளை உருவாக்கினர். அவர்களை வைத்து பிரிட்டிஷாருக்கு எதிராக ஜிஹாத் செய்வது *ஃபர்ள்* இல்லை என *ஃபத்வா* கொடுக்க வைத்தனர். அவர்களில் முக்கியமானவர் சர் செய்யது அஹ்மது, குலாம் அஹமது காதியானி. இஸ்லாத்தில் புதிய பிரிவுகளை ஏற்படுத்த பிரிட்டிஷாருக்கு இத்தகைய அறிஞர்கள் பயன்பட்டு வந்தனர்.

மிகவும் மோசமான பிரிவு காதியானி. இந்தப் பிரிவு 1879ஆம் ஆண்டு குலாம் அஹமது என்ற பிரிட்டிஷ் உளவாளியால் உருவாக்கப்பட்டது. இவர் ஆயுதங்களை வைத்து ஜிஹாத் செய்வது கட்டாயம் அல்ல என பிரச்சாரம் செய்து வந்தார். குலாம் அஹமது இஸ்மாயிலி பிரிவைச் சேர்ந்தவர். இவர் 1908ஆம் ஆண்டு இறந்தார்.

இவருக்கு பிரிட்டிஷ் பெருந்தொகை பணத்தைக் கொடுத்து உதவியது. முதலில் தம்மை *முஜத்தித்* என்றும், பிறகு குர்ஆனில் கூறப்பட்ட *மஹதி* தாமே என்றும், பிறகு தாமே யேசு என்றும் பிரச்சாரம் செய்தார். கடைசியாக அவர், தாம் இறைத்தூதர் என்றும் புதிய மதத்தை உருவாக்கி உள்ளதாகவும் அறிவித்தார். தன்னை முன்நிறுத்திதான் குர்ஆனில் பல்வேறு வசனங்கள் இறக்கப் பட்டுள்ளதாகவும் தன்னை நம்புகிறவர்கள்தான் நம்பிக்கை யாளர்கள்*(முஃமின்கள்)* என்றும் தன்னை நம்பாதவர்கள் நம்பிக்கை யற்றவர்கள் *(காஃபிர்கள்)* என்றும் கூறினார். இந்தப் பிரிவு பாமர முஸ்லிம்கள் அதிகமாக வசித்த மும்பை, பஞ்சாப் ஆகிய பகுதிகளில் வேகமாகப் பரவியது. இந்தக் காதியானி பிரிவு அஹ்மதியா என்ற

பெயரில் ஐரோப்பா, அமெரிக்கா உள்பட பல்வேறு நாடுகளில் வேகமாக வளர்ந்து வருகிறது.

காதியானிகளுக்கு எதிராக முஸ்லிம்கள் தீவிர பிரச்சாரத்தில் ஈடுபட்டனர். பிரிட்டிஷாருக்கு எதிராக ஜிஹாத் செய்ய வேண்டும் என முஸ்லிம்கள் தீவிர பிரச்சாரத்தில் இறங்கியதைத் தொடர்ந்து முஸ்லிம்கள் கொடூரமாகப் படுகொலை செய்யப்பட்டனர்.

விலைக்கு வாங்கமுடியாத ஆலிம்கள் அல்லது பிரிட்டிஷாருக்கு சேவகம் செய்ய மறுக்கும் ஆலிம்கள் சமுதாயத்திலிருந்து தனிமைப் படுத்தப்பட்டனர். அவர்களைக் கொலை செய்தால் அவர்கள் மூலம் சமூகத்தில் மறுமலர்ச்சி ஏற்பட்டுவிடும் என்பதால் அவர்கள் அந்தமான் தீவில் உள்ள கொடுஞ்சிறைகளில் ஆயுள் தண்டனை கைதிகளாக அடைக்கப்பட்டனர். பிரிட்டிஷாருக்கு எதிரான போராளிகளுக்கு ஆதரவு தெரிவிக்கிறார்கள் என்ற அடிப்படையில் இந்தியா முழுவதிலுமிருந்து ஆலிம்கள் கைது செய்யப்பட்டு இந்தச் சிறைக் கொட்டகைகளில் அடைக்கப்பட்டனர். இதே போன்று முதலாவது உலகப் போருக்குப் பிறகு மால்ட்டா தீவில் வைத்து துருக்கி கிலாஃபத்திற்கு உதவியதாக கூறி ஏராளமான இமாம்கள் படுகொலை செய்யப்பட்டனர். இவர்களால் பயிற்சி கொடுக்கப்பட்ட இமாம்களை வைத்து துருக்கி சுல்தான் கிலாஃபத் பதவியில் இருப்பதற்குத் தகுதி இல்லை என பிரச்சாரம் செய்து வந்தனர். குறைஷி குலத்தைச் சேர்ந்தவர்கள்தான் கலீஃபா பதவிக்கு வரவேண்டும் என அவர்கள் பிரச்சாரம் மேற்கொண்டு வந்தனர்.

இஸ்லாத்தை அதன் உள்ளே சென்று தகர்க்க வேண்டும் என்ற நோக்கத்தில் அவர்கள் மதரசாக்களையும் கல்வி நிறுவனங் களையும் நிறுவினர். இங்கு படிக்கின்ற மக்களை இஸ்லாத்திற்கு எதிரானவர்களாக உருவாக்கினர். இவர்கள் இஸ்லாத்திற்கு எதிராக மிகப்பெரிய தீங்கு செய்பவர்களாக இருந்தனர். இதில் இருந்து தேர்ந்தெடுக்கப்படுகின்றவர்கள் லண்டனுக்கு அனுப்பி வைக்கப் பட்டு முழுமையான பயிற்சி கொடுக்கப்பட்டு பிறகு முஸ்லிம்களை ஆளுபவர்களாக உருவாக்கப்பட்டனர். பாகிஸ் தானுடைய அதிபராக இருந்த அய்யூப்கான் இவர்களுடைய உருவாக்கம்தான்.

இரண்டாவது உலகப் போருக்குப் பிறகு பிரிட்டிஷ் ஏகாதி பத்தியம் வலுவிழக்க ஆரம்பித்தது. போருக்கு முன்புவரை எங்களின் சாம்ராஜ்யத்தின் கீழ் சூரியன் எப்போதும் அஸ்த

மிப்பதில்லை என்று இறுமாப்போடு கூறியவர்களுக்கு அவர்களின் நாட்டில் சூரியனே உதிப்பதில்லை என்ற சூழ்நிலை ஏற்பட்டது. இந்த யுத்தத்திற்குப் பிறகு அவர்களின் பெரும்பாலான காலனிகளை அவர்கள் இழந்து கூண்டுக்குள் அடைபட்ட கோழியைப் போன்று ஆகிவிட்டனர்.

பாகிஸ்தான் அதிபராக இருந்த முஹம்மது அலி ஜின்னாவின் மரணத்திற்குப் பின்பு சதியின் மூலமாக பிரிட்டிஷின் மறைமுக அமைப்பான ஃப்ரீமேசன் அமைப்பைச் சேர்ந்த அய்யூப் கான் ஆட்சிக்கு வந்தார். 1972ஆம் ஆண்டு பாகிஸ்தான்-இந்தியா போரில் அவர் கிழக்கு பாகிஸ்தானைப் பறிகொடுத்துச் சிறையில் அடைக்கப் பட்டார். பின்பு அவர் சுல்பிக்கர் அலி பூட்டோவிடம் ஆட்சியை ஒப்படைத்தார். அவரும் பிரிட்டிஷாரால் பயிற்றுவிக்கப்பட்டவர் தான். அவர் 1974ஆம் ஆண்டு படுகொலை செய்யப்பட்டார்.

பிறகு ஜியாவுஉல் ஹக் ஆட்சிக்கு வந்தார். அவர் முஸ்லிம்களுக்கு எதிரான பிரிட்டிஷின் சதிகளை நிறைவேற்றுவதற்கு எதிராகச் செயல்பட்டு வந்தார். நாட்டில் அறிவியல், தொழில் நுட்பம், கலை ஆகிய துறைகளில் வளர்ச்சியடையச் செய்ய முயற்சி மேற்கொண்டார். இஸ்லாம் மட்டும்தான் மக்களின் தனிப்பட்ட, குடும்ப, சமூக வாழ்வியலின் மேம்பாட்டிற்கு அடிப்படை என்பதை உணர்ந்து கொண்ட அவர் இஸ்லாமிய ஷரீஅத்தை நடை முறைப்படுத்துவதற்கு அனைத்து முயற்சிகளையும் மேற்கொண்டார். இதனால் பிரிட்டிஷ் சதியாளர்கள் அவரைப் படுகொலை செய்து அவர்களின் கைப்பாவை யான சுல்பிகர் அலீ பூட்டோவின் மகளை ஆட்சியில் அமர்த்தினர். அவர் ஆட்சிக்கு வந்தவுடன் ஜியாவுல் ஹக்கால் சிறைபிடிக்கப் பட்ட, நாட்டுக்கு எதிராக, மக்களுக்கு எதிராக, இஸ்லாத்திற்கு எதிராக சதிசெய்தவர்கள் அனைவரையும் விடுதலை செய்தார். மேலும், அவர்களுக்கு உயர் பதவிகளை வழங்கினார். இதைத் தொடர்ந்து பாகிஸ்தானில் கலகங்களும் குழப்பங்களும் உருவாக ஆரம்பித்தன. பிரிட்டிஷ் ஏகாதிபத்தியத்தின் விருப்பத்திற்கு ஏற்ப ஆட்சி ஏற்படுத்தப்பட்டது.

முதல் மற்றும் இரண்டாவது உலகப் போருக்குப் பிறகு பல்வேறு நாடுகள் சுதந்திரமாகச் செயல்பட ஆரம்பித்தன. தங்களுக்கான சுய தேசிய கீதம், கொடி, அதிபர்கள் என உருவாக்கப்பட்டாலும் மதச் சுதந்திரம் யாருக்கும் வழங்கப்படவில்லை. அந்த அளவிற்கு பிரிட்டிஷாரின் கருத்தியல் வேரூன்றப்பட்டுள்ளது. கடந்த மூன்று

நூற்றாண்டுகளாக இஸ்லாமிய, துருக்கி பேரரசுக்கு ஏதாவது ஒரு துரோகம் இழைக்கப்பட்டதென்றால் அத்துரோகத்தின் மூல வேர்களாக பிரிட்டிஷ் சதியாளர்கள் விளங்கினர். அவர்கள் உஸ்மானிய கிலாஃபத்தைச் சிதைத்து அந்த இடத்தில் 23 சிறிய, பெரிய அரசுகளை உருவாக்கினர். முஸ்லிம்கள் வலிமை வாய்ந்த வல்லரசாக உருவாகிவிடக் கூடாது என்ற நோக்கத்தில்தான் அவர்கள் இதைச் செய்தனர்.

இஸ்லாமிய நாடுகளுக்கிடையே பகைமையை உருவாக்கினர். உதாரணமாக சன்னிகள் அதிகமாக வசிக்கின்ற சிரியாவில் 9 சதவீதம் மட்டுமே உள்ள நுசைரியாக்களுக்கு ஆட்சி அதிகாரம் கொடுத்தனர். இவர்களின் ஆதரவுடன் நுசைரியாக்கள் 1982ஆம் ஆண்டு ஹாமா, ஹூமஸ் ஆகிய நகரங்களில் தாக்குதல் தொடுத்து மிகப்பெரிய பேரழிவை ஏற்படுத்தினர்.

18 வயது உள்ள அப்துல் மஜீத் கான் 1839ஆம் ஆண்டு உஸ்மானிய பேரரசின் பாதுஷாவாக பொறுப்பேற்றார். அவர் மிகவும் இளையவராகவும் அனுபவம் இல்லாதவராகவும் இருந்தார். அவரை எச்சரித்து சீர்திருத்த அவர் அருகில் அறிஞர்கள் யாரும் இல்லை. மிக மோசமான இந்தச் சூழ்நிலைதான் உஸ்மானிய பேரரசு வீழ்ச்சிக்கான திருப்புமுனையாக அமைந்தது. சிறுவனான அப்துல் மஜீத் கானைத் தமது வலையில் வீழ்த்திய பிரிட்டிஷ் ஏகாதிபத்தியத்தின் ஸ்காட்லாந்து ஃப்ரீமேசன் அமைப்பு தனது உளவாளிகளை உஸ்மானிய கிலாஃபத்தின் முக்கிய பதவிகளுக்குக் கொண்டு வந்தது. அப்துல் மஜீத் கான் இது தமக்கு ஒரு பேரிழப்பை ஏற்படுத்தும் என்பது குறித்து விழிப்புணர்வு அற்றவராகவே இருந்தார். அவரை எச்சரிப்பதற்கும் யாரும் இல்லை.

இஸ்லாத்தைத் தகர்ப்பதற்காக பிரிட்டனில் உருவாக்கப்பட்ட ஸ்காட்லாந்து மேசோனிக் ஆர்கனைசேசன் என்ற ஃப்ரீமேசன் அமைப்பின் லார்டு ரேடிங் என்பவர் பிரிட்டனின் தூதராக இஸ்தான்புல்லில் நியமிக்கப்பட்டார். இவர் ஃப்ரீமேசன் அமைப்பைச் சேர்ந்த ரஷீது பாஷா என்பவரை 1846ஆம் ஆண்டு துருக்கி கிலாஃபத்தின் தலைமை வைஸ்ராயாகக்கொண்டு வந்தார். அவர் பொறுப்புக்கு வந்தவுடன் இவர்கள் இருவருமாகச் சேர்ந்து 'தன்ஜீமாத்' (மறுசீரமைப்பு) என்ற சட்டத்தை உருவாக்கினர். பிறகு இதைப் பயன்படுத்தி பெரிய நகரங்களில் ஃப்ரீமேசன் கிளைகளை *(லாட்ஜ்)* நிறுவினர். இந்தக் கிளைகள் உளவு வேலை

பார்ப்பதற்கும் கிலாஃபத்தைத் தகர்க்க சதிவேலைகள் செய்வதற்கும் பயன்பட்டன.

இஸ்லாமிய அறிவின்றி இந்த இளைய தலைமுறையினருக்கு நவீன கல்வி கொடுக்கப்பட்டது. லண்டனில் இருந்து பெறப் பட்ட உத்தரவுகளின்படி, ஒருபுறம் நிர்வாக, விவசாய, இராணுவ மறுசீரமைப்புகளைச் செய்வதாக காட்டிக்கொண்டு மக்களின் கவனத்தைத் திசை திருப்பி மறுபுறம் இரகசியமாக இஸ்லாமிய ஒழுக்கவியல், முன்னோர்கள் மீதான அன்பு, தேசிய ஒருமைப்பாடு போன்றவற்றை வேரறுக்க ஆரம்பித்தனர். இதற்காக உளவாளி களைப் பயிற்றுவித்து முக்கிய நிர்வாகப் பொறுப்புகளில் அமர வைத்தனர். இந்தக் காலகட்டத்தில் ஐரோப்பா இயற்பியல் மற்றும் வேதியியல் துறைகளில் பிரமாண்டமான சாதனைகளைப் படைக்கத் தொடங்கியது. புதிய கண்டுபிடிப்புகள், மேம்பாடுகளில் தடம்பதித்து பிரமாண்டமான தொழிற்கூடங்களையும் கல்வி நிலையங்களையும் உருவாக்கியது.

ஆனால் உஸ்மானியர்கள் இந்தப் புதிய கண்டுபிடிப்புகளை அலட்சியப்படுத்தியே வந்தனர். மதரஸா பாடத்திட்டங்களில் அறிவியல், கணிதம், வடிவியல், வானவியல் போன்றவை இருந்தன. பின்பு இவை பாடத்திட்டங்களில் இருந்து நீக்கப்பட்டன. மத விவகாரங்களைப் படிப்பவர்களுக்கு அறிவியல் தேவையில்லை என்ற கருத்தை உட்புகுத்தி இஸ்லாமிய அறிவியல் கண்ணோட்டத்தை முடக்கினர். இஸ்லாமிய பாடதிட்டங்களைப் படிப்பவர்கள் பிற்போக்கானவர்கள் என்ற சிந்தனையை முஸ்லிம் குழந்தை களிடம் உருவாக்கினர். இஸ்லாத்திற்கும் முஸ்லிம்களுக்கும் தீங்கான அனைத்தையும் நவீனம், முன்னேற்றம் என்ற பெயரில் அழைத்து முஸ்லிம் குழந்தைகளுக்கு தவறான வழிகளைக் காட்டினர். கிலாஃபத் நிலைகொண்டிருந்த துருக்கிய நாட்டுக்கு எதிரான பல்வேறு சட்டங்களைக் கொண்டுவந்தனர். துருக்கி மக்கள் நாட்டின் இரண்டாம் தர குடிமக்களாக நடத்தப்பட்டனர்.

முஸ்லிம்கள் இராணுவ உபகரணங்கள் வாங்குவதில் அதிக விருப்பம் காட்டவில்லை. ஆனால் பிரிட்டீஷார் அதில் முழுமையடைந்து இருந்தனர். இஸ்லாமிய நாடுகளின் வளங்கள் அனைத்தும் படிப்படி யாக முஸ்லிம் அல்லாதவர்களுக்குச் சென்றன. இந்தச் சதிக்கு ரஷீத் பாஷாவும் அவருடைய ஃப்ரீமேசன் அடியாட்களும் மிகவும் உழைத்தனர்.

ரஷ்யாவுக்கும் பிரிட்டனுக்கும் இடையே நடந்த கிரீமியன் போரில் பிரிட்டனுக்கு ஆதரவாக துருக்கியையும் இணைத்ததில் ரஷீத் பாஷாவுக்கு அதிக இடம் உண்டு. இளம் சுல்தானைப் பல இன்னல்களுக்கு உள்ளாக்கி அவரை நோய்வாய்ப்படுத்திய ரஷீத் பாஷா பின்பு துருக்கி கிலாஃபத்தின் முக்கிய அனைத்துப் பொறுப்பு களையும் தனதாக்கிக் கொண்டார்.

உஸ்மானிய பேரரசில் இரகசிய அமைப்பான ஸ்காட் மாசோனிக் லாட்ஜ்களின் ஆதிக்கம் அதிகரிக்கத் தொடங்கியது. பாதுஷாக்கள் கொலை செய்யப்பட்டார்கள். கலகங்கள் ஒன்றன்பின் ஒன்றாக வெடிக்க ஆரம்பித்தன. இந்தச் சதிகாரர்கள் உஸ்மானிய கிலாஃபத்தின் வளர்ச்சியில் அதிக பங்களித்த இரண்டாம் அப்துல் ஹமீது கானுக்கு எதிராகப் பல்வேறு கொடூர சதிவேலைகளில் ஈடுபட்டனர். அவர் பேரரசின் பொருளாதார அடித்தளத்தை வலுப் படுத்தினார். நாட்டின் வளர்ச்சிக்காகக் கல்விக்கூடங்களையும் பல்கலைக்கழகங்களையும் நிறுவினார். ஐரோப்பாவில் இருந்ததை விட சிறந்த மருத்துவக் கல்விப்பீடம், 1876இல் அரசியல் அறிவியலுக் கான கல்விப்பிரிவு, 1880இல் சட்டம் மற்றும் தணிக்கை, பொறியியல் பிரிவுக்கான கல்விக்கூடம் எனப் பல்வேறு கல்விக் குழுமங்களை உருவாக்கினார். தனியாக மகளிருக்கான கல்வி நிலையங்களையும் உருவாக்கினார். தெர்கோஸ் ஏரியிலிருந்து இஸ்தான்புல்லிற்குத் தண்ணீர் கொண்டுவந்தார்.

பட்டுப்புழு வளர்த்தல் தொடர்பான கல்விக்கூடத்தை பஸ்ராவில் உருவாக்கினார். ஹல்க்காலியில் வேளாண்மை மற்றும் கால்நடை மருத்துவத்திற்கான கல்விக்கூடங்களை உருவாக்கினார். ஹமீதிய்யாவில் காகிதத் தொழிற்சாலையையும் கடிகோய் என்னுமிடத்தில் நிலக்கரி மற்றும் எரிவாயு தொழிற் சாலையையும் அமைத்தார். பெய்ரூத் துறைமுகத்தை மேம்படுத் தியதில் இவருடைய பங்கு அளப்பெரியது. உஸ்மானியக் காப்பீட்டு கம்பெனியையும் முதன்முதலில் உருவாக்கினார். எரேக்லீ, சாங்குல்டாக் ஆகிய பகுதிகளில் நிலக்கரிச் சுரங்கங்களை அமைத்தார். மனநோய் காப்பகம், மருத்துவமனைகளை நிறுவினார். மேலும், உலகத்திலேயே மிகவும் சக்திவாய்ந்த இராணுவத்தை உருவாக்கினார். நவீன போர்க் கப்பல்களையும் வாங்கி பாதுகாப்பைப் பலப்படுத்தினார். அவர் பல்வேறு ரயில்வே வழித்தடங்களை உருவாக்கினார். உலகத்திலேயே மிகவும் நீளமான

ரயில் பாதை உஸ்மானியப் பேரரசின் கீழ்தான் இருந்தது. அப்துல் ஹமீது கான் தமது ஆட்சிக் காலத்தில் செய்த வளர்ச்சிப் பணிகள் இப்போதும் நமக்குப் பயன்பட்டுக் கொண்டிருக்கின்றன.

பாலஸ்தீனத்தில் யூத குடியிருப்புக்களை அமைக்க யூதர்களுக்கு பிரிட்டிஷ் ஏகாதிபத்தியம் பல்வேறு உதவிகளைச் செய்துவந்தது. யூதர்களின் சதித்திட்டம் குறித்து அப்துல் ஹமீது கான் மிகவும் விழிப்புணர்வுடனே இருந்தார். யூதர்களுக்கு பாலஸ்தீனத்தில் நிலங்களை யாரும் விற்கக் கூடாது என அறிவுறுத்தி வந்தார். உலக சியோனிச இயக்கத்தின் நிறுவனர் தியோடர் ஹெசில் யூத மத குரு ரப்பி மோசே லெவியுடன் அப்துல் ஹமீது கானைச் சந்தித்து பாலஸ்தீனத்தில் உள்ள சிறிது நிலத்தை யூதர்களுக்கு விற்குமாறு கூறினார். அப்போது அப்துல் ஹமீது கானின் பதில் இவ்வாறு இருந்தது: 'உலகத்தில் உள்ள அனைத்து அரசுகளுமே என் முன்னால் வந்து அனைத்துவிதமான செல்வங்களைக் கொட்டினாலும் உங்களுக்கு பாலஸ்தீனத்தில் சிறிதளவு நிலத்தைக்கூட தர நான் அனுமதிக்க மாட்டேன். அந்த நிலம் எங்களுடைய மூதாதையர் களுடையது. அது விற்பனைக்குள்ளதல்ல.'

இதைத் தொடர்ந்து யூதர்களை ஒருங்கிணைப்பதற்காக யூனியன் அண்ட் புரோக்ரஸ் (ஒற்றுமை மற்றும் முன்னேற்றம்) என்ற கட்சி உருவாக்கப்பட்டது. துருக்கி கிலாஃபத்துக்கு எதிராக உலகத்தில் உள்ள அனைத்து ஆதிக்க சக்திகளும் ஒருங்கிணைக்கப்பட்டன. யூனியன் அண்ட் புரோக்ரஸ் கட்சியின் முக்கிய தலைவர்கள் துருக்கி கிலாஃபத்தின் கீழ் உள்ள நாடுகளில் முக்கிய பதவிகளில் வந்தனர். உலகத்திலேயே மிகவும் வலுவான இராணுவத்தை வைத்திருந்த உஸ்மானிய பேரரசை இராணுவ ரீதியாக வீழ்த்த பிரிட்டிஷால் பல்வேறு போர்கள் உருவாக்கப்பட்டன. பால்கன், கனகாலீ, ரஷ்யன், பாலஸ்தீன் போர்கள் உஸ்மானிய பேரரசின் இராணுவ வலிமையை சீர்குலைப்பதற்காக பிரிட்டிஷால் உருவாக்கப் பட்ட போர்கள் ஆகும்.

உஸ்மானிய பேரரசின் ஆதிக்கத்தில் உள்ள நாடுகளில் உருவாக்கப்பட்ட கல்வி நிலையங்களில் உஸ்மானிய பேரரசுக்கு எதிரான நச்சுக் கருத்துக்கள் பரப்பப்பட்டன. கல்வி நிலையங்களுக்கு ஆசிரியர்களாகவும், ஆலயங்களுக்கு பாதிரிகளாகவும், பல்வேறு பத்திரிகைகளுக்கு செய்தியாளர்களாகவும் உளவாளிகள் அனுப்பப் பட்டுக் கிலாஃபத்திற்கு எதிரான சதி வேலைகள் வேகமாகத் தூண்டி

விடப்பட்டன. மிகப்பெரிய கலகங்கள் வெடித்தன. அர்மீனியர்கள், பல்கேரியர்கள், கிரீக்கர்கள் மிகப்பெரிய கொடூர செயல்களில் பங்கேற்று வரலாற்றில் கொடூரர்களாகத் தங்களைப் பதிய வைத்துள்ளனர். ஆனால் துருக்கியர்கள் அனைத்து ஆதிக்க சக்திகளுக்கு எதிராகவும் துணிச்சலுடன் போரிட்டனர்.

ஆதிக்க சக்திகளின் கலகங்கள் காரணமாக உஸ்மானிய பேரரசு சிதறுண்டது. உள்நாட்டுக் கலகங்களினால் அனைத்து நாடுகளும் சிதைந்தன. உஸ்மானிய பேரரசு பல்வேறு சிறிய நாடுகளாக பிரிந்தது. இந்த நாடுகள் முஸ்லிம்களுக்குப் பாதுகாப்பு அரணாகவும் எதிரிகளுக்குத் தடுப்புச் சுவராகவும் இருந்தன. ஆனால் இப்போது அனைத்தும் தகர்ந்து போனது. முதல் மற்றும் இரண்டாவது உலகப் போர்களில் உஸ்மானிய பேரரசு உந்தித் தள்ளப்பட்டு போலி கம்யூனிஸ்டுகளின் தாக்குதலுக்கு உள்ளானது.

பிரிட்டிஷாருடன் கைகோர்த்துக் கொண்டு உஸ்மானிய பேரரசின் முதுகில் குத்திய பல்வேறு இஸ்லாமிய நாடுகள் உலகப்போரைத் தொடர்ந்து சின்னாபின்னமாகியது. மீண்டும் அமைதி திரும்ப முடியாத நிலைக்கு பிரிட்டிஷாருக்கு சாதகமாகப் பயன்பட்ட இஸ்லாமிய நாடுகளுக்கு பரிதாபநிலை ஏற்பட்டது. தனது தவற்றை உணர்ந்துகொண்ட இஸ்லாமிய நாடுகள் மீண்டும் ஜும்ஆ உரைகளில் உஸ்மானிய கிலாஃபத்தின் பெயரை உச்சரிக்க ஆரம்பித்தன. பாலஸ்தீன மண்ணில் இஸ்ரேல் என்ற கொடூர நாட்டை பிரிட்டிஷ் ஏகாதிபத்தியம் உருவாக்கிய போதுதான் உஸ்மானிய கிலாஃபத்தின் இருப்பு எவ்வளவு முக்கியமானது என்பதை இஸ்லாமிய நாடுகள் உணர ஆரம்பித்தன. இஸ்ரேலின் கொடூரம் உலகத் தொலைத் தொடர்பு சாதனங்கள் (தொலைக் காட்சி) மற்றும் ஊடகங்களில் வெளியாகிக் கொண்டிருந்த தருணத்தில் எகிப்து வெளியுறவுத்துறை அமைச்சர் அப்துல் மஜீத் இவ்வாறு கூறினார்: 'உஸ்மானியர்களின் ஆட்சிக் காலத்தில்தான் எகிப்து நாட்டு மக்கள் அமைதியாக வாழ்ந்தனர்.' இந்த எகிப்துதான் கிலாஃபத்தை விட்டு வெளியேறிய நாடுகளில் முதன்மையானதாக இருந்தது.